LIÊN HOA THI

LIÊN HOA THI

thơ Luân Hoán
tựa Mang Viên Long
bạt Hồ Đình Nghiêm
cảm nhận Trần Thị Nguyệt Mai
bìa Uyên Nguyên Trần Triết
layout Nguyễn Thành
Nhân Ảnh ấn hành 2019
ISBN: 9781989705346
Copyright © 2019 by Luan Hoan

LIÊN HOA THI

Luân Hoán

Nhân Ảnh
2019

LỜI ĐẦU SÁCH

Luân Hoán

Liên Hoa Thi, gồm những bài viết có chủ đề thiên về tín ngưỡng, nhưng chỉ là những bày tỏ những cảm nhận riêng, không đủ sức cũng như không là mục đích đề cao một đức tin nào. Nội dung thi phẩm này không khác hơn tự sự tâm linh. Không triết không thiền. Tôi nguồn gốc thờ kính ông bà, thường được gọi là lương giáo, do đó có phần gần gũi với đạo Phật. Đơn giản chỉ vậy.

Về hình thức, tôi không bắt chước chạy theo những cách tân trong bộ môn mình chọn viết; trung thành với cái cũ nhưng vẫn gắng để không dừng lại. Dù sự thụt lùi đã rõ. Nhiều người đi theo lối mới của người khác, thích đánh giá những người không chịu "thức thời" là cùn, mòn. Nhận xét này có thể chính xác hoặc không.

Riêng tôi, bước trên đoạn đường cũ, nhưng đã bỏ qua những chờ đợi hứng thú bất chợt. Tránh phụ vào những cảm xúc vu vơ xuất thần. Viết bây giờ được chuyển qua kỹ thuật khéo léo sử dụng ngôn từ, đặt nặng điều cần nói đến, hướng về chủ đề là căn bản. Hình ảnh, màu sắc, âm điệu luôn cần có và cái hồn bài phải thực hơn, cụ thể hơn.

Trước dây cái hay quan trọng hơn cái khéo, nay tôi cố gắng giữ sự cân phân, và nếu cần cho cái khéo lấn chân. Điều quan trọng vẫn là chân thật trong tâm tư suy diễn. Hình thức mới của tôi là ưu tiên sự tỉ mỉ sắp xếp chữ viết.

Luân Hoán

LIÊN HOA THI, NÓI RẰNG KHÔNG PHẬT MÀ PHẬT HIỆN TIỀN.

Mang Viên Long

Đọc qua trang - có thể gọi là "tự bạch" của Nhà thơ Luân Hoán cho "Liên Hoa Thi", tôi chợt có ý nghĩ, những điều Nhà thơ "tâm sự" là không cần thiết (với tôi); cho dù đó là những lời chia sẻ, bộc bạch rất chí tình, khiêm tốn.

Mở đầu "Liên Hoa Thi", Nhà thơ viết: "Liên Hoa Thi, gồm những bài viết có chủ đề thiên về tín ngưỡng, nhưng chỉ là những bày tỏ những cảm nhận riêng, không đủ sức cũng như không là mục đích đề cao một đức tin nào. Nội dung thi phẩm này không khác hơn tự sự tâm linh. Không triết không thiền. Tôi nguồn gốc thờ kính ông bà, thường được gọi là lương giáo, do đó có phần gần gũi với đạo Phật. Đơn giản chỉ vậy".

Tôi nghĩ việc "có/không" đã nằm trong những trang thơ "tự sự tâm linh" rồi, "đơn giản chỉ là vậy"!

Thật sự là tôi đã rất ngạc nhiên, và hạnh phúc, khi chỉ đọc 10 bài thơ đầu của toàn tập (gồm 110 bài thơ nhiều thể loại chung quanh "chủ đề" có liên quan đến Phật). Ngạc nhiên trước hết, là tôi đã có dịp đọc rất nhiều bài thơ, tập thơ, của những người làm thơ là Phật tử thuần thành (đã quy y Tam bảo, có pháp danh, thậm chí có quan hệ mật thiết với Quý tu sĩ, chùa chiền), tôi đã giữ chuyên mục "Hoa Tâm Trong Vườn Đạo" của Ts Vô Ưu trên 18 năm - nhưng hầu như chưa có ai "đường đột" làm thơ về các đề tài "to lớn" như Nhà thơ Luân Hoán:

Nói về "Đạo":

"... Đức Mâu Ni Phật trong tôi
luôn là hình ảnh tuyệt vời ngôi trên
Phật nhập diệt pháp chênh vênh
sinh độ hoằng hóa ba bên bốn bề

thờ lộn thờ trật thế nào
vẫn giữ giới luật nâng cao tâm hồn
tin mình chưa giỏi xảo ngôn
phù phép câu chữ ba lơn cuộc đời"

(Đạo)

Nghĩ về "Phật":

"... Phật tại chùa không khác
hình tượng chưng ở nhà
khác không gian Phật ngự

càng trang nghiêm càng xa
trầm hương nhà không thiếu
chuông mõ chùa vang hơn
tịnh tâm không xuống tóc
một cách tu trong hồn

chưa hề là Phật tử
pháp danh chưa cùng tên
ngưỡng mộ đời đạo hạnh
nguyện biến lòng thay sen

"...nhưng nhiều đêm say ngủ
tôi mơ thấy Phật cười
tôi nghĩ em cũng thấy
vì Phật của mọi người"

(Phật)

Cho đến "Phật Tượng":

"... nhà tôi chưng Phật nhiều nơi
chỗ nào trang trọng ngài ngồi lim dim
và ngay trong cả phổi tim
tôi đây cũng có ngài lim dim ngồi
buồn vui chuyện của cuộc đời
dựa vào mắt Phật để đời sáng ra
đôi khi tôi rất ba hoa
nhưng xảo ngôn ấy thật thà lòng tôi"

(Phật Tượng)

  Tiếp theo là các bài thơ dành riêng cho "Phật Thích Ca Mâu Ni/ Phật A Di Đà/ Phật Di Lặc/ Phật Quán Thế Âm" và "19 vị La Hán". Điều thú vị và ngạc nhiên tiếp theo đó là mười bài thơ đã "nêu danh" chư Phật và chư Bồ Tát của Nhà thơ đều trong trạng thái "nhất tâm" - một lòng ngưỡng vọng, rất chơn phác, khiêm tốn! Mở rộng tâm hồn nhiên đến với Phật, là sẽ "gặp Phật" vậy - Phật hiện tiền! Đơn giản là vậy!

Trong tĩnh lặng "nhất tâm", tôi tìm thấy hương vị của tấm lòng chân thành ngưỡng vọng, kính tin (Tín):

"...giữa chính điện cao sen đài
Ngài ngồi trong thế kiết già bình tâm
tay trái cùng hai bàn chân
xếp thành khối ngọc cân phân hài hòa

tay phải nâng cánh sen hoa
thập-độ-thủ-ấn bao la nhiệm mầu
hai đầu trỏ cái giao nhau
vượt đáo-bỉ-ngạn lắng sâu tượng hình

Phật ngồi hào quang lung linh
tôi đứng khép nép vọng nhìn xa xa
phục Ngài buông bỏ vinh hoa
đạp lên khổ nhục tìm ra đạo vàng

tôi vô phép chợt mơ màng
đắp y xuống tóc hân hoan theo hầu
hồn thanh thản chẳng về đâu
như mây muôn kiếp trắng màu phiêu du..."

(Phật Thích Ca Mâu Ni)

Lòng chí nguyện thủy chung rất mực (Nguyện):

"...Vô Lượng Thọ, Vô Lượng Quang
Vô Lượng Công Đức dung nhan Di Đà
Ngài đứng trên tòa sen hoa
thòng tay phải thả vị tha xuống đời

Pháp Hoa Kinh ngát trầm hương
Cực Lạc một cõi Tây Phương cứu người
câu kinh theo liền đời tôi
A Di Đà Phật thơm môi ấm lòng..."
(Phật A Di Đà)

Sau cùng, dường như căn duyên với Phật cũng đã bén rễ trong tâm hồn Nhà thơ từ thuở nào (Hạnh) như một "bản tính" như nhiên không thay đổi:

"từ Nam Thiên Trúc sinh ra
một đấng Di Lặc rất là vô tư
ngoài tâm địa rất hiền từ
Ngài luôn có vẻ như dư nụ cười

... Ngài và Bố Đại một người?
thường vác cái túi tới lui bất ngờ
biết tính Ngài thích làm thơ
ước gì thù tạc tình cờ, biết đâu"
(Phật Di Lặc)

"... xin thưa không dám dông dài
văn vần chẳng thể nói hoài quên thôi
thật ra dành suốt cả đời
viết về Ngài, khó hết lời kính yêu."
(Phật Quán Thế Âm).

Hơn 100 bài thơ trong "Liên Hoa Thi" đã thể hiện rõ ba "yếu tố" Tín - Nguyện - Hạnh căn bản để đi vào cửa Đạo, tuy sự thể hiện có phong cách riêng, nhưng tựu trung đã giãi bầy được sự chí tình, chí nguyện khẩn thiết, thì hỏi chi là "Có/Không"?

Ghi vội đến đây, tôi chợt nhớ đến một câu thơ của Nguyễn Du trong bài "Lỗi Dương Đỗ Thiếu Lăng Mộ (Bắc Hành Tạp Lục):

"... Nhất cùng chí thử khởi công thi?"

(Một đời cùng khổ đến thế phải chăng là vì thơ?)

Một đời thăng trầm của Nhà thơ đã đưa Luân Hoán đến với Phật, tự nhiên như vậy chăng?

Quê nhà, những ngày đầu năm Kỷ Hợi

Mang Viên Long

MỞ TRANG THƠ

không tuệ giác nhà Phật
cũng bày trò làm thơ
kiểu pháp thoại, tự bạch
tôi quả thật hồ đồ

đạo tràng không sinh hoạt
thiền tọa, chánh tư duy
mơ hồ không rõ mặt
vô vấn tự thuyết chi?

giống như người nói ngọng
thả vần vè ăn theo
từ ngữ phật pháp sống
nhưng tư duy tôi nghèo

không phải thơ giáo lý
cũng chẳng phải thơ thiền
vần vè tùy hứng ý
bộc phát thật ngẫu nhiên

chữ nghĩa hơi hám Phật
thay chút ít cách chơi
không dám vịn triết thuyết
chỉ buôn chuyện cuộc tôi

thỉnh thoảng dựa tài liệu
hời hợt thiếu đuôi đầu
thật lòng cũng thấy lỗi
vuốt bụng kệ, hơi đâu

thơ là lời thành chữ
chữ mang ý thành câu
thơ là câu cùng chữ
tối nghĩa nông cùng sâu

ngay trong bài mở tập
cho tập thơ vụng này
cũng rất là kiểu cách
ngượng ngùng chưa nhuần tay

biết vậy vẫn chơi gượng
bởi mơ đọc Phật kinh
lờ mờ vài ý hiểu
cũng đủ tự cứu mình

THƠ VÀ KINH

không kinh và cũng chẳng thơ
lung linh tâm Phật phủ hờ lên trên
từng câu từng chữ lênh đênh
mõ chuông mang nhịp trái tim Phật Trời

sống trong đời biết yêu người
tự nhiên như thể khóc cười mềm môi
câu nam mô ấm áp lời
nuôi ngôn ngữ sống nguồn hơi phổi đầy

kính Phật từ đôi bàn tay
cánh chân ngài xếp dựa mây kiết già
bốn phương cõi ta bà ha
bài thơ vọng niệm thành ra dư thừa

nhưng không dám viết là chưa
thành người yêu nắng yêu mưa cuộc đời
và yêu nhân loại đủ đôi
làm ấm trái đất bầu trời tự nhiên.

2018

ĐẠO

hiểu Phật một cách chung chung
thờ Phật cũng thật mông lung mơ hồ
tôi nhìn nhận mình hồ đồ
khoái thờ đạo đức tối cao con người

Đức Mâu Ni Phật trong tôi
luôn là hình ảnh tuyệt vời ngôi trên
Phật nhập diệt pháp chênh vênh
sinh độ hoằng hóa ba bên bốn bề

gần như phân hóa nhiều phe
soạn kinh giảng đạo theo bè phái riêng
Nam Tông Bắc Tông tùy miền
may mà giáo lý đều hiền như nhau

Tiểu Thừa Đại Thừa nhiệm mầu?
tôi lơ mơ giữa chiều sâu đôi đường
thờ kiểu tôi là thắp hương
nhiều khi mê tín hoang đường vái van

bởi đạo khi vào Việt Nam
gộp ba nhánh triết gần ngang hiền tài
Phật, Lão, Khổng cùng sánh vai
tôi theo người trước lai rai cúng thờ

thờ lộn thờ trật thế nào
vẫn giữ giới luật nâng cao tâm hồn
tin mình chưa giỏi xảo ngôn
phù phép câu chữ ba lơn cuộc đời

nhìn chung Thần Thánh ông Trời
cũng khó hợp nhất buồn vui bằng người
riêng tôi tu đạo biết cười
và cũng biết khóc tùy thời khắc riêng.

PHẬT

đến chùa bái lạy Phật
tết nhất thành thói quen
xuất hành vào cõi phúc
với tấm lòng nhang đèn

Phật tại chùa không khác
hình tượng chưng ở nhà
khác không gian Phật ngự
càng trang nghiêm càng xa

trầm hương nhà không thiếu
chuông mõ chùa vang hơn
tịnh tâm không xuống tóc
một cách tu trong hồn

chưa hề là Phật tử
pháp danh chưa cùng tên
ngưỡng mộ đời đạo hạnh
nguyện biến lòng thay sen

em yêu không ăn mặn
mỗi tháng chỉ một ngày
tôi suốt năm ròng rã
không ngày nào ăn chay

đến chùa em lên điện
lễ Phật với chân thành
tôi không dám hiện diện
vết bẩn chân không lành

nhưng nhiều đêm say ngủ
tôi mơ thấy Phật cười
tôi nghĩ em cũng thấy
vì Phật của mọi người.

PHẬT TƯỢNG

tâm tôi bớt động dần dần
khi lắng lòng ngắm Phật, không cầu gì
không thấu giáo lý vô vi
Bắc, Nam tông chẳng biết gì khác nhau:
Hoa Nghiêm lý giải nhiệm mầu
Kiến Tánh thực dụng tu hầu khai tâm
dòng nào cũng đến phương đông
phương đông thật sự khoảng không đất trời

tôi tiệm-ngộ chút chút thôi
nhưng quả ngắm Phật lòng tôi yên dần
"bổn lai vô nhất vật" lồng [1]
đến không là một, mình còn lo chi
lờ mờ hai chữ từ bi
không hẳn tính - cảm, Phật thì sâu hơn
hẳn là một sự cảm thông
xẻ chia hoàn cảnh chung dòng đời trôi

nhà tôi chưng Phật nhiều nơi
chỗ nào trang trọng ngài ngồi lim dim
và ngay trong cả phổi tim
tôi đây cũng có ngài lim dim ngồi
buồn vui chuyện của cuộc đời
dựa vào mắt Phật để đời sáng ra
đôi khi tôi rất ba hoa
nhưng xảo ngôn ấy thật thà lòng tôi

không hiểu Phật được nửa lời
nhưng tin kính Phật mạng người tôi riêng
ba ngàn thế giới đại thiên
tôi mong làm bụi lắng nghiên hoa đèn
từ bồ đề đến búp sen
trí tâm nhật nguyệt vĩnh hằng chúng sinh

viết vu vơ chợt giật mình
kính mong thức giả lượng tình ngó lơ
không dám mời Phật vào thơ
nhưng chắc Ngài đến đang sờ đầu tôi

1. thơ của thiền sư Huệ Năng

PHẬT THÍCH CA MÂU NI

sáng lập đạo, phát khởi lòng
nhân hậu hạnh đức giàu công chính là
ngài Mâu Ni Phật Thích Ca
Năng Nhơn... Tịch Mặc [1] bao la bóng ngài

giữa chính điện cao sen đài
Ngài ngồi trong thế kiết già bình tâm
tay trái cùng hai bàn chân
xếp thành khối ngọc cân phân hài hòa

tay phải nâng cánh sen hoa
thập-độ-thủ-ấn [2] bao la nhiệm mầu
hai đầu trỏ cái giao nhau
vượt đáo-bỉ-ngạn [3] lắng sâu tượng hình

Phật ngồi hào quang lung linh
tôi đứng khép nép vọng nhìn xa xa
phục Ngài buông bỏ vinh hoa
đạp lên khổ nhục tìm ra đạo vàng

tôi vô phép chợt mơ màng
đắp y xuống tóc hân hoan theo hầu
hồn thanh thản chẳng về đâu
như mây muôn kiếp trắng màu phiêu du

----
1. Năng Nhơn tiếng Tàu dịch từ Thích Ca có nghĩa nhân từ. Tịch Mặc nghĩa từ Mâu Ni chỉ sự thanh tịnh trong tâm hồn.
2. một trong 25 tư thế biểu hiện từ bàn tay và ngón tay của Phật.
3. bờ bên kia, chỗ hoàn thiện.

PHẬT A DI ĐÀ

Vô Lượng Thọ, Vô Lượng Quang
Vô Lượng Công Đức dung nhan Di Đà
Ngài đứng trên tòa sen hoa
thòng tay phải thả vị tha xuống đời

bàn tay trái nắm hoa tươi
chúng sanh tụng niệm buồn vui dâng Ngài
thơm danh Bảo Tạng Như Lai
mười phương tịnh độ sáng soi mở đường

Pháp Hoa Kinh ngát trầm hương
Cực Lạc một cõi Tây Phương cứu người
câu kinh theo liền đời tôi
A Di Đà Phật thơm môi ấm lòng

giữ tự tin giữa long đong
níu phao trôi lạc theo dòng bình yên
tâm niệm đủ tan ưu phiền
A Di Đà Phật chẳng riêng người nào

nương theo vần điệu ca dao
viết câu kinh vụng làm thơ thuộc lòng
từ tâm Phật dễ cảm thông
tôi tập can đảm dẫu không chân tài

thiết tha tâm ý dâng Ngài
thọ quang công đức sáng hoài độ nhân
nói loanh quanh nói lòng vòng
ý rối không mở hết tâm chân thành.

PHẬT DI LẶC

từ Nam Thiên Trúc sinh ra
một đấng Di Lặc rất là vô tư
ngoài tâm địa rất hiền từ
Ngài luôn có vẻ như dư nụ cười

ngồi bệt dưới đất cõi người
phơi to cái bụng đựng đời bao dung
A Dật Đa hơi lạ lùng
thường có sáu bé chơi chung quanh mình

Ngài từ Ấn Độ lưu linh
qua Trung Hoa để ăn xin những gì
khó rõ Phật Hoan Hỷ ni
nhưng tôi kính khoái những gì Ngài chơi

Ngài và Bố Đại một người?
thường vác cái túi tới lui bất ngờ
biết tính Ngài thích làm thơ
ước gì thù tạc tình cờ, biết đâu.

PHẬT QUÁN THẾ ÂM

dân gian thường gọi Quan Âm
qua hình dạng một mỹ nhân tuyệt vời
trong đám ngưỡng mộ có tôi
ưu tiên thờ cúng cả đời thành tâm

Phật Bà hay là Phật Ông
không cần xác định chính tông làm gì
đạo hạnh công đức uy nghi
Ngài như chiếc bóng độ trì quanh ta

buồn khổ cầu cứu đến Bà
đã thành quen miệng gọi là Quan Âm

Quán là nghe bằng cái tâm
Thế là bao quát đại đồng chúng sinh
Âm là tiếng động u minh
Quán Thế Âm mới thật tình không sai

xin thưa không dám dông dài
văn vần chẳng thể nói hoài quên thôi
thật ra dành suốt cả đời
viết về Ngài, khó hết lời kính yêu.

02-6-2018

dựa theo các tài liệu từ; thành kính cảm ơn:
shophoavouu | vanhoaphatgiaovietnam | loiphatday |
kimtuthap.vn

MƯỜI "CHÍN" VỊ LA HÁN

Thập Bát Vị La Hán
là mười tám thiền sư
môn đệ của Phật Tổ
khổ hạnh đời chân tu

*

vị La Hán thứ nhất
xuất thân một đại thần
thời Ưu Đà đại đế
từ quan làm thứ dân

dốc lòng theo học Phật
đắc đạo được quý danh
Tôn Giả Bạt La Đọa
cõi hươu ngắm trời xanh

thành Tọa Lộc La Hán
thỉnh thoảng về triều xưa
khuyên thành công hoàng thượng
xuất gia theo Đại Thừa

*

Vị thứ hai La Hán
Tôn Giả Già Phạt Tha
mang dòng máu Ấn Độ
giàu lạc quan hiền hòa

ngài thi vị giải thích
thế nào gọi là vui
mừng do đâu mà có
soi rõ cái tâm người

thành Hỉ Khánh La Hán
hùng biện không để chơi
để vun cao triết lý
giản dị là yêu đời.

*

Vị thứ ba La Hán
là Tôn-Giả-Nặc-Già-
Bạt-Lý-Đà danh chánh
thường hóa duyên tà tà

kiểu hóa duyên độc đáo
với cái bát giơ cao
thành Cử Bát La Hán
giữa thương kính đồng bào

*

Vị thứ tư La Hán
Tôn Giả Tô Tần Đà
tự đặc chế ngọn tháp
mang bên mình thay hoa

thành Thác Tháp La Hán
đệ tử cuối Phật Đà
một đời theo Phật tổ
sáng ánh đạo chan hòa

*

Vị thứ năm La Hán
Tôn Giả Nặc Cự La
xuất thân là võ sĩ
động tĩnh khó hài hòa

bị buộc phải tĩnh tọa
chế ngự tính võ biền
thành Tĩnh Tọa La Hán
vẫn dũng trong vẻ hiền

*

Vị thứ sáu La Hán:
Tôn Giả Bạt Đà La
ngoài chăm sóc Phật tổ
còn giảng đạo hiền hòa

thói quen ngài thuyết giáo
thường vượt biển vượt sông
thành Quá Giang La Hán
tên gọi từ nhân dân

*

Vị thứ bảy La Hán:
Tôn Giả Già Lực Già
giỏi thuần phục voi dữ
danh thành vang gần xa

là Kỵ Tượng La Hán
hiểu được và cảm thông

dã thú cùng động vật
hiền dữ vẫn có lòng

*

Vị La Hán thứ tám:
Tôn Giả Phật Đà La
là thợ săn mãnh thú
dữ mấy cũng hiền hòa

thành Tiểu Sư La Hán
giảng đạo cho thú rừng
một cặp sư tử dữ
ngài nuôi làm "thú cưng"

*

Vị La Hán thứ chín:
Tôn Giả Tuất Bát Già
là thái tử Thiên Trúc
với tâm Phật vị tha

tự biết tâm có Phật
không hề bận nghiệp vương
là Khai Tâm La Hán
khiêm nhường giữa đời thường

*

Vị thứ mười La Hán:
Tôn Giả Bạn Nặc Già
ra đời bên đường vắng
thơm ngát mùi cỏ hoa

qua mỗi lần thiền tọa
hai tay đậy đỉnh đầu
thở ra thành Thám Thủ
La Hán buồn vì đâu?

*

Vị mười một La Hán:
Tôn Giả La Hầu La
con trai của Phật tổ
đại đệ tử Phật Đà

là Trầm Tư La Hán
ưu tư giữa ta bà
chuông kinh cùng tiếng mõ
quyết xua tan ma tà

*

Vị mười hai La Hán
Tôn Giả Na Già Tê
giỏi lý luận nổi tiếng
lục căn luôn chỉnh tề

thành Oạt Nhĩ La Hán
thanh tịnh luôn đứng đầu
khai mở những nhận thức
đời người sẽ về đâu?

*

Vị mười ba La Hán:
Tôn Giả Nhân Già Đà

bắt rắn độc Ấn Độ
bỏ túi cả mãng xà

danh Bố Đại La Hán
rắn độc chỉ nhổ răng
thả về rừng sinh sản
lim dim cùng ánh trăng

*

Vị La Hán mười bốn:
Tôn Giả Phạt Na Ba Tư
vốn thuần nghề buôn bán
mặc cả đời thiếu dư

sinh ra bên gốc chuối
giữa ngày trời mưa to
thành Ba Tiêu La Hán
ngắm hương mưa dặn dò...

*

Vị mười lăm La Hán:
Tôn Giả A Thị Đa
xuất thân là hòa thượng
chuông mõ lời kinh hòa

với lông mày trắng nõn
rủ xuống như chùm mây
thành Trường Mi La Hán
đạo cốt luôn tràn đầy

*
Vị mười sáu La Hán:
là Tôn-Giả-Hán-Đồ-
Bạn-Trá-Già danh gọi
cầm tích trượng nam mô

thành Khán Môn La Hán
gõ cửa đem vui mừng
người được vui bố thí
như có phúc lận lưng

*
Vị La Hán mười bảy:
hàng phục được Long Vương
Tôn Giả Vi Khánh Hữu
tên ngài giữa đời thường

và Hàn Long La Hán
gọi vinh danh chiến công
nhưng trên hết tất cả
là con người có lòng

*
Vị La Hán mười tám:
Tôn Giả Vi Tân Đầu Lô
nhịn ăn nuôi hổ báo
phục chúng hiền như tu

danh Phục Hổ La Hán
trao tặng một tăng nhân
La Hán khác chi Phật?
có tim là có tâm

*

Vị La Hán mười chín
chưa được đời biết danh
không chừng tôi hay bạn
khéo tu có thể thành

hình như hơi kỳ thị
mười tám ngài chân tu
đắc đạo không một bóng
người làm mẹ hiền từ

xin mạn phép đề cử
bà chúa của muôn hoa
với hồng diện trường túc
cùng tấm lòng vị tha

sẽ là vị La Hán
mười chín của chúng ta
thật dễ dàng chiêm ngưỡng
hương Phật tính bao la.

SEN HOA BƯỚC PHẬT - 1.

bồ đề nở nụ sen hoa
bước Phật thư thả nở hoa hay là
cung kính sen kết thành tòa
nâng vô lượng đấng vị tha vào đời

bàn tay thả những nụ cười
tâm tuệ giác độ kiếp người trần gian

tôi một đời thơ hoang đàng
chợt về cư trú bình an bên nguồn
thuật ngữ Phật tuy khiêm nhường
lòng thật sự ấm vị thương yêu đời

SEN HOA BƯỚC PHẬT - 2

bồ đề nở nụ sen hoa
tâm đời tâm Phật chan hòa thế gian
hằng hà sa số niết bàn
tánh tu tâm thiện bình an sẵn mời

đóa hạnh phúc nở trên môi
nguồn chân thiện mỹ cuộc đời ấm tay

câu kinh niệm thầm mỗi ngày
hành thiện là sửa mình ngay thẳng, và
tích đức là giữ cái ta
sân si không vượt quá xa bình thường

nuôi lòng thơm lựng yêu thương
Phật trong ta Phật muôn phương đều là
bồ đề nợ nụ sen hoa
(lặp lại để thấy mình là hoa sen)

SEN HOA BƯỚC PHẬT - 3

bồ đề nở nụ sen hoa
thần kỳ bát nhã chan hòa ngũ gia [1]
hướng lòng gầy luống thi ca
hồn thơm theo mỗi sát na đượm tình

kinh trong thơ, thơ trong kinh
mong được làm mái chùa đình trầm hương
bình thường từ những tầm thường
lặp lại tất cả yêu thương đậm đà

lâu nay chung đụng gian tà
thỉnh thoảng sám hối lơ là niệm hương
chừ chưa hẳn dám cúng dường
ươm câu thơ vụng mở đường bình tâm

Phật cao xa nhưng thật gần
không dám ỷ lại lòng nhân của Ngài
tuy thường vọng niệm sơ sài
đức tin kính Phật khó phai nhạt lòng

nam mô hiểu nghĩa chưa thông
vẫn vang ấm giọng đọc thầm quanh năm.

----
(1) bát nhã = gọi đầy đủ Bát Nhã Ba La Mật Đa
kinh của Phật Giáo Đại Thừa | Ngũ gia thuộc
tông phái thiền Phật giáo gọi chung Ngũ gia gia phong

SEN HOA

đâu có ai không biết
sen sống nhờ đất bùn
hít mùi hôi cần thiết
chắt lọc ra mùi hương

sự hấp thụ chuyển hóa
rễ gốc thân cùng hoa
mỗi loài riêng kỳ bí
yêu quý mầu nhiệm ra

đã được thành biểu tượng
thuần khiết và thanh cao
"là tâm linh vô nhiễm"
trái tim ấm máu đào

đứng đầu tâm thực vật
sen, huệ, ngâu, mẫu đơn...
thanh thản hầu bên Phật
hương thoảng mùi tâm hồn

09-11-2018

NỖI NIỀM HOA SEN

an cư trong lòng đầm hồ
tôi kiếp thảo mộc nhởn nhơ ngóng trời
mở cánh lá đỡ mây phơi
gốc bùn thiếu cá yêu đời vẩn vơ

dẫu hồn nhiên cũng bất ngờ
trân quý người cắt tôi thờ những đâu
câu kinh dẫu có nhiệm mầu
Phật đâu hiểu thấu tôi sầu lìa quê

gắng nghiêm trang đứng chỉnh tề
trong bình thanh cảnh nhớ về đâu đâu
tay xinh trong áo lai bầu
nâng lên xuồng chống xa màu lá xanh

rồi trong lòng thúng tròng trành
chụm nhau trong lạt buộc thành chùm hoa
được thật gần gũi người ta
sao không dứt được xót xa tầm thường

*

vào đời người chia vui buồn
hầu bên chư Phật tỏa hương cúng dường
được hiện thân của yêu thương
sen tôi sạch được bụi đường hay chưa?

26.8.2016

NUÔI CÂY "GIÁC NGỘ"

bây giờ trời vào mùa hạ
cây bồ đề xanh mượt mà
nhẹ tay sang ra chậu lớn
mơ cây sớm ngày trổ hoa

ước mơ ngây thơ lặng lẽ
cùng với tuổi già dần qua
rửa tay nâng niu từng lá
trân trọng chan lòng thiết tha

chợt nhớ một người đắc đạo
trở thành Phật Tổ Thích Ca
lúc ấy trên cây hoa nở
hay chỉ hào quang chan hòa?

Bồ Đề Đạo Tràng Ấn Độ
thành danh từ đó vang xa
tuy chưa hành hương chiêm ngưỡng
dường không có khoảng cách xa

bồ đề tôi nuôi xanh lá
tôi thờ Phật ngự tại gia
đạo-tràng-lòng-tôi hẹp quá
Phật xoa đầu tôi cười xòa!

BỒ ĐỀ

xuất thân đất có Phật
xứ Ấn Độ địa linh
nhánh cành sum suê lá
hữu tâm trong hữu hình

sứ mệnh tạo bóng mát
sừng sững giữa nắng trời
giang sơn của chim sóc
ca hót thong dong chơi

được liệt vào danh bộ
trong dòng họ Dâu Tằm
vững chãi từ gốc rễ
cao lớn vươn thẳng thân

vỏ nâu già ngả xám
đậm đà hương thời gian
chồng chất giàu năm tháng
hơi thở đời nồng nàn

lá xanh bàn tay mở
với vóc dáng trái tim
đầu lá thòng ngọn chỉ
như nét mi lim dim

thân lớn đơm hoa nhỏ
nở từng cụm từng chùm
sắc hồng hồng đỏ đỏ
hai tháng ngời mông lung

được mang danh Giác Ngộ
từ khi đức Phật ngồi
tuệ trí ngộ chân lý
nâng tâm linh con người

mầu nhiệm cũng từ đó
bồ đề thành linh thiêng
biểu tượng cho đạo đức
tình thương yêu vô biên

trong diện tích hạn hẹp
nơi dung thân đi về
tôi trân quý nuôi dưỡng
một gốc xanh bồ đề

chậu sứ cây mảnh khảnh
ốm yếu rất giống tôi
chăm tưới luôn thấy Phật
tôi cho tôi niềm vui

09-11-2018

PHÁP KHÍ

đánh một dùi chuông nhỏ
dộng một chày chuông to
âm thanh tiễn buồn khổ
ai nhận và ai cho

gõ rời từng nhịp mõ
đưa chân dòng tâm kinh
lời cầu tan trong gió
loãng giữa nắng thủy tinh

người tụng chú tâm nguyện
người nghe lắng lặng buồn
ai được Phật cứu rỗi
đưa hồn về tây phương.

NGÔI ĐẠI TỰ

cùng em đi ăn cưới
trên đường gặp đám ma
cúi đầu giảm tốc độ
khi xe tang nhẹ qua

thực hành một bài học
xử thế ở xứ người
thật ra không xa lạ
tương tự từ nước tôi

nhớ mẹ cha từng nhắc
sống nhân cách là tu
ngôi chùa to lớn nhất
đó chính là cuộc đời

26-11-2018

PHẬT TỬ

không vào Phật tử cùng em
chỉ vì ngại phải mê thêm nhiều người
tính ta rộng rãi nhưng lười
hội đoàn là chỗ của người giỏi giang

riêng ta thân ngự trần gian
hồn thường phiêu bạc dọc ngang mây trời
vào hội đoàn chẳng phải chơi
thương yêu là chuyện tốt thôi nhưng mà

lòng ta vốn quý cỏ hoa
vẫn hay dại dột yêu ma nữ tình
con ma vô dạng vô hình
núp trong vóc ngọc ngà xinh xắn người

ma này hiện khắp cõi đời
dưới tòa sen Phật cũng ngồi nhởn nhơ
câu kinh tiếng mõ như thơ
làm tăng thánh thiện ngọt ngào đẹp hơn

ta thề không nói ba lơn
màu lam áo vải em thơm tuyệt vời
làm sao bỏ sót ngọc trời
dù ta thành bụt cũng ngồi làm thơ

nếu làm Phật tử dật dờ
nặng tội hơn gã làm thơ bình thường
không theo em đi chung đường
chỉ cùng em đến bốn phương ấm tình

nụ sen trên ngực rung rinh
thơm bi trí dũng thông minh mỉm cười
em vui ta cảm thấy vui
câu trả lời muộn cả đời vẫn như
dật dờ thật thật hư hư...!

08-5-2015

CÀ SA

cà sa là lớp vải
che thân người tu hành
Ànanda thiết kế [1]
theo ý Phật hình thành

đạo phục mang hình ảnh
những thửa ruộng liền nhau
bằng nhiều rẻo thô vải
tối màu khéo nối khâu

mang sắc thái thô thiển
đời thường dân nghèo nàn
ngẫm đức hạnh người khoác
kasaya cao sang [2]

điền-tướng-y Ấn Độ
cũng đổi màu theo thời
ấm thay tấm phu-cụ
tọa-cụ còn hay thôi? [3]

không buồn bị pha chế
màu sáng chói hơi nhiều
chỉ thương bị lợi dụng
ngụy trang che nhiều chiêu

cổ nhân từng nhắc nhở:
"áo không là thầy tu"
tôi một thời quân phục
như cà sa khoác người

----
1. đệ tử thân tín của Đức Thích Ca.
2. tiếng Phạn được Việt hóa Cà sa.
3. phu cụ= tấm đắp | tọa cụ= tấm lót ngồi.

ẤU THƠ THĂM PHẬT MÔN

thăm chùa từ thuở lên năm
nhìn từng viên gạch lót sân nhìn vào
những bậc tam cấp cao cao
trưa nghiêng nắng trải thảm chào vàng hiên

gỡ bàn tay nắm mẹ hiền
sờ lên lá sứ ngạc nhiên tò mò
trong bụng cảm biết lo lo
nhìn vào chánh điện bệ thờ lung tung

những chư Phật thật lạ lùng
nâu vàng từng vị sáng trưng ánh đèn
hương thẳng hương vòng đứng chen
đầu đội ngọn khói giăng giăng bay mờ

đều đều vọng tiếng nam mô
chuông ngân mõ nhịp nao nao u trầm
cõi trần giáp giới cõi âm
run run khi mẹ tay cầm lạy theo

chùa đông người, ngỡ vắng teo
lén nhìn sư sãi đang đeo nỗi buồn
thắc mắc lòng có vết thương
xuống tóc có gặp con đường sáng đi?

học theo mẹ, ái ngại quỳ
lim dim nhận đóa từ bi mơ hồ
đọc thầm trong miệng «nam mô»
tự nhiên ửng một ánh thơ mát lòng...

chỉ chừng đó kể như xong
tâm tôi hướng Phật trống không theo thời
bây giờ chưng Phật nhiều nơi
trong nhà mong được dựa hơi đức Ngài

già rồi hồn biết vịn ai
níu hư không chận tàn phai có thành?
không dám viển vông tu hành
tâm mình nhiều lúc không lành đã lâu

Thần linh Thánh Phật trên đầu
vẫn y nguyên có từ hồi ấu thơ
không hiện thực chẳng mơ hồ
trong tôi có lắm bệ thờ lửng lơ

29.9.2018

TRƯỚC PHẬT MÔN

trầm tiếng mõ thanh giọng chuông
quyện nhau lan rộng nỗi buồn mang mang
áo sư huyền hoặc nâu vàng
khói hương tha thướt không gian mây mờ
lung linh đèn nến chiêm bao
người lim dim mắt ngó vô lòng mình

từng bàn chân của câu kinh
bước từ một cõi hiển linh nào về
lòng mơ hồ giữa tỉnh mê
trăm ngàn hình ảnh chưa hề gặp qua
hình như từng mỗi sát na
đổi thay liên tục cảnh hoa mộng tình

ngỡ như thế giới hữu hình
đang thành siêu thể vô hình bao la
không người không vật không ma
thanh thoát cõi ánh sáng và sắc hương
lục đạo tái sinh sáu đường
luân hồi sáu thể dạng thường chúng sinh

mơ hồ một thoáng run mình
từ bi trí tuệ an bình bọc quanh
ước thầm chợt được vãng sanh
sống mà nhẹ bước an lành ra đi
nghe ra đất dưới chân quỳ
sức nâng huyền bí lạ kỳ đẩy lên

càng cao càng lạc xác mình
tôi như hương khói lênh đênh nhẹ nhàng
không thiên thai chẳng suối vàng
dòng kinh Phật chảy lan tràn quanh tôi
mai đi không nhớ tiếc đời.

2016

CHÙA

chùa hẳn là chỗ Phật ngồi?
riêng tôi không chắc Người ngồi nơi đây
Phật thoát xác dưới gốc cây
hồn thơm về ngự trên mây xanh trời

chùa là nơi thờ tượng Người
trầm hương khói vọng xin Người cứu đau
mái chùa tinh khiết nhiệm mầu
đức tin kết nối ngũ màu thắm tươi

tôi mê ngôi chùa một thời
sư lành cảnh tịnh an vui hài hòa
cỏ cây hoa lá chung nhà
cùng nhiều sinh vật lân la sinh tồn

trang nghiêm đơn giản có hồn
hiển linh từ chỗ tấm lòng thương yêu
tượng Phật mộc mạc đăm chiêu
nét ưu thức gợi cao siêu an bình

bát chánh đạo trí thông minh
lần theo hương Phật cho mình thảnh thơi
thăm chùa như trở về nơi
đầu đời nhẹ nhõm mỉm cười tin yêu

mong đừng nặng tay chắt chiu
tạo ngôi chùa quá mỹ miều xa hoa
Phật bỏ hoàng cung ngọc ngà
hẳn không vui với nguy nga lầu rồng

gió bay bát ngát hương trầm
mây treo cao giọng chuông ngân nhắc đời
tu không chọn chỗ chọn nơi
ngôi chùa đẹp nhất lòng người thanh cao

tôi làm sư tự lúc nào
sao chưa xuống tóc vẫn vơ lắm lời
thốt nhiên trực ngó lên trời
sắc cầu vồng lẫn sáu vòng hào quang

2016

LÊN CHÙA

lên chùa ai cũng dâng hương
lên chùa tôi ngắm thập phương tụ về
ngồi im một góc chỉnh tề
y như con khỉ từ quê Chùa Cầu
ai bưng qua đã từ lâu
đặt bên cửa Phật ngồi chầu bà con

người lên xin lộc xin xăm
tôi lên đánh cắp tấm lòng thập phương
lén thâu tóm những nét buồn
nhớ nhà nhớ nước nhớ luôn nhân tình
dồn chung làm thành câu kinh
riêng mình thầm tụng cầu mình thong dong

lên chùa ngày tết đầu năm
mong lượm hình ảnh xuân nồng quê xa
linh động kẻ vào người ra
áo quần làm mới người ta ít nhiều
gần như ai cũng đáng yêu
nhưng không dám chọn để liều yêu thôi

lên chùa tôi mới gặp tôi
rõ nét trong một con người cô đơn
ngồi im như chết chưa chôn
nhìn như không thấy đời còn quá vui
tôi hiện nguyên hình thằng lười
và hà tiện cả nụ cười vu vơ

lên chùa ngẫm nghĩ câu thơ
từ em áo đỏ bước vô đứng gần
từ ánh mắt thoáng bâng khuâng
treo đâu cái áo lạnh bông mắc tiền
bàn tay cởi găng có duyên
liếc tôi như muốn than phiền điều chi

tôi vốn rất nghèo sân si
không giàu nhưng khối từ bi đủ dùng
rất thích em mặc áo nhung
rất ưa em mặc màu quần khói hương
em nào cũng thật dễ thương
nên không thương ai vượt mức thương yêu nàng

(nàng đây chính là bà hoàng
thay mình đang bận thắp nhang điện thờ)
ngồi không, nên nghĩ vẩn vơ
ý thơ từ đó dật dờ ghé qua
hôm nay đã ngồi ở nhà
vui vui nhớ lại gõ ra đôi phần

nghiệm ra chỉ ngửi hương trầm
không lạy không nguyện cái tâm vẫn từ
tôi thành con Phật, hình như
khỏi làm tín hữu, đi tu giờ nào
biết níu sợi khói bay cao
ít nhiều tôi đã lẻn vào Phật môn

hoàn toàn tùy thuộc ở tâm.

(2016)

NHÀ LÀ CHÙA

tôi không xuống tóc làm sư
chưa có ý định đi tu bao giờ
giản dị mỗi lúc làm thơ
vọng tưởng đến Phật tôi thờ tự nhiên

cũng chẳng mấy khi ngồi thiền
làm thơ cũng một cách thiền đó thôi
hít thở lắng đọng mỉm cười
đang buồn cách mấy cũng vui lại liền

đừng ngờ tôi rất hồn nhiên
thân giàu bụi bặm liên miên cả đời
an tâm chấp nhận làm người
gánh chia đầy đủ những thời thắng thua

nhà tôi là một mái chùa
tượng Phật ảnh Phật còn chưa đủ nhiều
may dành dụm được thương yêu
Phật ngự trong đó sớm chiều dạy tôi

tu giản dị là cách chơi
thực hành nhân nghĩa vậy thôi, dễ dàng
tuy dễ mà khó muôn vàn
nên gắng ngắm Phật bình an mỗi ngày

2016

NGHE KINH NGẮM PHẬT Ở LÀNG CÂY PHONG

1.
quỳ chân lắng nghe tụng kinh
hoàn toàn không hiểu nhưng hình như mê
mõ theo chuông vọng bốn bề
mang hồn lãng đãng bay về tây phương
tây phương là cõi cùng đường?
giật mình rớt trúng cái buồn ngủ tôi

2.
quỳ chân thiếp giữa thiền đường
lơ mơ gặp Phật như tuồng rất thân
bàn tay Phật nhẹ nhàng nâng
tôi lên lưng ngọn bạch vân bay hoài
chẳng gặp ai, chẳng thấy ai
chỉ nghe thoảng tiếng thở dài của tôi

3.
Phật ngồi trên đóa hoa sen
còn tôi quỳ giữa bóng trăng ngắm Người
ngắm ra Phật có khác tôi
vì tôi tâm động buồn vui với đời

1994

LỄ XUÂN CHÙA TĨNH HỘI

(Cho em Lê Hoàng)

em lên chùa Tĩnh Hội
lễ Phật xin lộc không?
nhớ vái giùm mấy vái
cho ta nhẹ trong lòng

chư Phật còn yên vị
trên tòa sen xi măng
hồn các Ngài lảng vảng
trong xác chói màu đồng

lắng nghe giùm tiếng mõ
còn thao thức băn khoăn
lắng nghe giùm tiếng gọi
chuông vang cao mấy tầng

gắng nhìn giùm hương khói
bịn rịn vươn về đâu
có quyện vào mắt Phật
có lẫn bạc tóc sầu?

hãy ngửi giùm chiếc chiếu
em đang quỳ dâng hương
có đọng mùi con Phật
quyết lòng giành quê hương

xin dạo ra sân rộng
hôn lên từng nhánh bông
xác xơ nụ vạn thọ
đìu hiu đóa sứ còng

hãy tiến ra đầu cổng
cúi xuống hàng người quỳ
và chuyển giùm đến họ
giọt thở đời từ bi

em cúng dường công quả
năm nay bằng những gì
tôi vét đời trôi nổi
gởi ké dòng tâm thi.

1991

BÙA VÀ TƯỢNG ĐEO CỔ

hồi nhỏ mẹ cho đeo bùa

cái bùa ngộ ngộ xinh xinh
vàng vàng dẹp dẹp có hình vuông vuông
dây treo bùa sợi chỉ hường
nâng niu ôm cổ sữa, hương da ngà

từ ngày mẹ biến thành hoa
nở trên ụ đất nhìn ta lớn dần
rước em về chăm bản thân
cái ăn cái mặc cái lâng lâng tình
một hôm em bỗng hy sinh
mồ hôi lệ mặn thỉnh hình Thích Ca

vậy là cận ức hầu ta
có tượng Phật tổ trên tòa hoa sen
tượng vàng che vết nám đen
tảng màu da cổ ưa ăn nắng trời
từ bùa đến tượng giữ đời
từ mẹ đến vợ một đôi đàn bà

còn hơi thở ấm thịt da
tôi còn thờ kính hai bà thánh ni
gối đàn ông khi đã quỳ
nghĩa là cung kính không gì quý hơn

01-6-2018

KHẮC THƠ LÊN GỐC BỒ ĐỀ

1.
bốn mươi năm trước, thời lên chín
ở trọ gần bên một mái chùa
ngày ngày ngắm Phật đâm quen mặt
thân thiết như thân với nắng mưa

mười năm sau, bỗng dời chỗ trọ
đêm đêm mõ vọng nhịp theo tim
huyễn chuông lơ lửng trong hồn mộng
bóng Phật hồ như thấp thoáng chìm

ba mươi năm tiếp, lại dời chỗ
đày tuốt phàm thân biệt xứ người
lâu lâu tạt vội vào chùa mới
thầm ngắm Phật tìm đôi chút vui

bốn mươi chín tuổi chưa nhìn tận
ưu thức đọng thơm vóc dáng Người
ước chi thân thể mang tâm Phật
đổi hết đời ta để biết cười

2.
trầm mặc giữa rừng bắc mỹ xanh
chùa làng Phong ấm khói hương thanh
đàn mây tọc mạch nghiêng trên mái
ngắm nắng vô chùa uống tiếng kinh

tôi ở phố đời lên viếng thăm
buồn vui đầy đủ giấu trong lòng
sao run chân quá khi quỳ gối
làm lạc lời cầu nguyện thành tâm

Phật chẳng trách gì khách hành hương
chỉ dâng lên được chút bụi đường
với đôi tay chắp trong im lặng
chịu đựng giữ gìn riêng vết thương

tôi sắp hết đời, chưa đọc kinh
mở kinh mà cứ ngắm tay mình
lâng lâng lòng vụt theo chuông mõ
rùng mình ngắm Phật, Phật làm thinh

3.
hết chỗ rong chơi, tôi đến chùa
ngồi ngoài sân ngóng mõ chuông khua
thứ hai nắng đẹp sao chùa vắng?
trống hốc lòng tôi trước gió đùa

muốn đẩy cửa vào thăm viếng Phật
mượn trầm hương tẩy nỗi sầu riêng
nhớ ra thân thể không toàn vẹn
sợ Phật đau lòng, đành đứng yên

sinh diệt tật nguyền theo định số?
quả nhân, nhân quả, luật trời ban?
tâm xà khẩu Phật, tôi u muội
cảm nhận đau thương của thế gian

có có không không tro cốt nát
mai này lỡ đọng đáy lư hương
vô tình hiển Thánh hay thành Phật
ai thế tôi qua những ngả đường?

(1994)

VIẾT Ở
CHÙA QUAN ÂM MONTREAL

vọng Quán Thế Âm Phật
không cầu xin viển vông
Phật trắng trên tuyết trắng
trước sân chùa mở lòng

vào chùa ngự phòng trệt
khỏi móc áo cởi giày
khỏi cần cả ngồi bệt
vẫn tọa thiền được ngay

giữa sinh động Phật tử
tĩnh lặng ngồi suy tư
phản tỉnh cùng an tịnh
luyện tâm thở từ từ

chợt nghe âm tiếng mõ
lượm được một tứ thơ
hồn trôi trong suy tưởng
theo chuông gọi mơ hồ

khởi đi không thể đến
lòng chẳng ngại đúng sai
không dám mong được ngộ
cùng bụi của Như Lai

muốn tìm mượn cây bút
ghi lại mấy ý thơ
nhìn ai mặt cũng lạnh
dù không bợn nghi ngờ

thật tình tại ta cả
ngại không mở lòng ra
cửa Phật dù không Phật
trong tâm khó có ma

chuông ngưng tàn buổi pháp
chợt gặp cô bạn xưa
soi nhau dòng kỷ niệm
man mác buồn đong đưa

vừa qua nửa xuân nhật
nghe như chạm cái già
lấp ló đầu ngọn tuổi
đang vui xuân đậm đà

ra về ngó lại Phật
thấy như trên tay bà
chưa rõ nét cung kính
ta dâng lên thiết tha.

THEO MỘT CÂU KINH
(tặng Uyên Nguyên Trần Triết.)

từ NAM giọng đọc kéo dài
chữ MÔ vẫn giữ khoan thai ấm lời
A DI ĐÀ ngân thảnh thơi
PHẬT vang gọn nhẹ trong hơi thở buồn

một tiếng mõ
một giọng chuông
lan trong không khí ngàn đường lên mây

nghe tụng hoài một câu này
từ trong cái máy cầm tay nhẹ nhàng
giọng thầy đọc thật rõ ràng
ấm áp thánh thót lan tràn tâm kinh

tôi hoàn toàn cảm thấy mình
bị cuốn hút với dòng tình kính dâng
một chút gì rất lâng lâng
pha lẫn tâm sự phân trần mong xin

không cần hiểu nghĩa câu kinh
tôi nghe tràn ngập đức tin trong lòng
chừng như gió tỏa mênh mông
mây vờn trước trán ẵm bồng tôi bay

miệng lâm râm đọc câu này
hồn tôi đang tụng vơi đầy kính yêu
vốn kinh kệ tôi bấy nhiêu
mà luôn có Phật độ nhiều phúc hoa

NAM
MÔ
A DI ĐÀ
PHẬT

trong tâm
Phật trong nhà chúng tôi.

8.11 sáng 02-6-2018

ĐI TU

1.
đi tu khó hơn đi tù
bởi không xuống tóc con-bù-nhìn chăng?
cái tâm thua cái bản năng
mươi phút mất cả thăng bằng như chơi

đi tu không phải xa đời
mà mang cái đạo vào đời sâu hơn
tu hành không thể ba lơn
vượt qua tinh túy tâm hồn Như Lai

tôi bao nhiêu lần thở dài
cúi đầu ở lại bên ngoài tòa sen
ngã lòng nhiều lúc bon chen
xách thân bụi đất mon men cửa chùa

nghe lén chuông mõ đuổi xua
tà tâm rớt bớt vẫn chưa dễ gì
thành một Phật tử nói chi
một chú tiểu nhỏ vân vi quét chùa

2.
ở nhà tu, chuyện như đùa
nhưng nhiều khi thấy lòng thừa bình an
chẳng khoác áo nâu, lam, vàng
tôi khoác tạm áo nhẹ nhàng từ bi

chẳng làm sư làm tiểu gì
gắng làm một gã hiền thi sĩ tình
kiểu tu hơi thiếu thông mình
nhưng tin chắc giúp được mình thảnh thơi

em nào còn tính ham chơi
muốn tu cứ ghé cùng ngồi viết kinh:
tuyệt thay những bài thơ tình
gởi đến vạn vật sinh linh lu bù

đúng là tôi nghiêm chỉnh đi tu!

2016

THẮC MẮC

"ngón tay Phật chỉ vầng trăng"
là trăng có Phật giăng giăng sáng trời?
hay Phật đón ánh trăng rơi
vào hồn để rửa tâm ngời sáng thêm?

từ ngày tôi có được em
là tôi được phép lớn lên đàng hoàng
hay là em mới vững vàng
làm bà nội tướng dịu dàng đáng yêu.

tôi thật không muốn hiểu nhiều
ví von khập khiễng là liều mạng thôi

chân lý không ở trong lời
diễn đạt uyên bác, lôi thôi đều là...
đôi khi giản dị, ba hoa
những chân lý sống cho ta mở dần

LẨM CẨM

bước đầu, Phật bước trên sen
bước đầu, tôi bước giữa trăng hạ vàng
sen biểu tượng của ưu đàm
từ dung dị đến cao sang tỏa lòng
trăng hình ảnh của trắng trong
dịu dàng tinh khiết thong dong một đời

tôi vô phép quá mất rồi
đem mình so sánh Phật Trời, rõ ngông
trải tình tạ lỗi thinh không

thánh tiên ai trách kẻ trồng thi ca
suy nghĩ nông cạn nôm na
xác thân Phật vốn không xa lạ người

Phật hơn tôi, hồn sống đời
còn tôi, hồn xác bụi rơi vô thường
sáng nay cung kính thắp hương
lạy Phật trước lúc ra đường, cầu an
hẳn ngờ tâm mình ác gian
nên lo van vái, mưu toan ấy mà

vào xe ngó lại cửa nhà
đi rồi trở lại hay là đi luôn?

01-6-2018

THẦY TAM TẠNG
THỈNH KINH ĐẠO

vào thời Tùy Dưỡng Đế
chùa Tổ đình Lạc Dương
sát hạch chọn người rước
kinh Phật ấm trầm hương

thầy Huyền Trang đã vượt
năm-chục-ngàn dặm đường
dẻo hai chân lội bộ
nguyện dâng lòng cúng dường

một-trăm-hăm-tám nước
lớn nhỏ ngài ghé qua
mười-tám năm ròng rã
sống dọc đường cỏ hoa

lộ trình sớm trục trặc
không lâu sau khởi hành
Lý Đại Lượng đô đốc
thảo trát bắt người lành

để đến được Trường Dịch
không dễ như chim bay
tỏa phong hỏa năm cụm
đâu chỉ trắng như mây

trốn qua Ngô Y quốc
phải vượt sông Qua Lô
cuồn cuộn sóng hung hãn
gần như không bến bờ

ngựa bỗng dưng bỏ mạng
đệ tử chưa chính danh
Tuệ Lâm và Đạo Chỉnh
chào thua cuộc đạo hành

người đệ tử chính thức
tên gọi Thạch Bàn Đà
thụ giới làm tăng lữ
sát vai ngài bôn ba

cũng kể như từ đó
đời thỉnh kinh bắt đầu
với bao nhiêu vất vả
trộn nước mắt mồ hôi

đến Sa Mạc Qua Bích
vượt năm Phong Hỏa Đài
viếng vùng Bắc Ấn Độ
đến Thánh Địa Phật môn

vượt sông Hằng sâu rộng
đến nước La Yết Ma
bỗng lâng lâng trở lại
đất nước Ma Kiệt Đà

thuyết giáo cùng tranh luận
làm xiêu Bà La Môn
Cưu Ma La hoàng đế
cũng thắp lòng hương thơm

chân tình và trí tuệ
tóm gọn được con đường

ngài Đường Tăng Tam Tạng
đã thỉnh kinh tây phương

thành công còn tùy thuộc
đức độ, nhiều bạn hiền
đẩy hết mọi cám dỗ
không hẳn là tùy duyên.

*

Ngô Thừa Ân vung bút
dựa theo cuộc đời ngài
hư cấu thêm nhân vật
thành kinh điển truyện dài

hấp dẫn bởi đệ tử
Tề Thiên Tôn Ngộ Không
Ngộ Năng Trư Bát Giới
Sa Ngộ Tĩnh Sa Tăng

cộng thêm Bạch Long Mã
tranh hùng cùng yêu tinh
ưa làm tình ăn thịt
thánh tăng, chuyện thường tình

*

tròn trăm hồi tiểu thuyết
mắt đọc hoặc xem phim
tôi hiểu tôi chính xác
gọn nhẹ một chữ: ghiền!

cũng rất muốn chuyển thể
văn xuôi qua văn vần

Việt ngữ qua Việt ngữ
ngại ngùng thành bâng khuâng

tạm thời tóm lược vậy
để lấy đà nghĩ ngông
tôi được về Tây Trúc
cõng kinh tình tang bồng

em quý tôi xin tặng
tám-mươi-bốn-ngàn pháp môn
những bài giảng không nhẹ
Kinh, Luật, Luận sáng hồn

sự thật, xin tình thiệt
lâu lâu tôi thỉnh kinh
bằng đọc truyện được dịch
hay thắp mắt vào phim

hồi [1] nào tôi cũng thích
tám-mươi-mốt nạn đều hay
khoái nhất những yêu nữ
nếu gặp tôi biết tay!

----
(1) hồi = chương.
tài liệu từ : https://www.maxreading.com

TÔI THỈNH KINH TÌNH

thưa thầy Đường Tam Tạng
đâu ai cho thỉnh kinh
dẫu bộ kinh định thỉnh
to tướng một chữ Tình

tình dù không hạn hẹp
cho trai gái từng đôi
nhưng đời thường hiểu vậy
xuề xòa tạm nhận thôi

và nơi có kinh thỉnh
không hẳn chỉ tây phương
Kinh Yêu này hiện diện
mọi ngõ ngách ngả đường

kinh không có số lượng
bởi khó đếm nhà thơ
mỗi thi sĩ ngàn quyển
kinh buồn tình vẩn vơ

thời tiền phong quốc ngữ
Hồ Xuân Hương, Nguyễn Du
Trần Tế Xương, Nguyễn Khuyến...
kinh súc tích đặc thù

từ Xuân Diệu, Nguyễn Bính
Đinh Hùng, Vũ Hoàng Chương
Bích Khê, Hàn Mặc Tử...
lung linh kinh phấn hương

qua Nguyên Sa, Bùi Giáng
Hoàng Anh Tuấn, Nhã Ca...
dòng kinh lãng mạn mướt
hơi thở người tinh hoa

thời tôi tập thơ thẩn
Hoàng Lộc, Cao Thoại Châu
Thiếu Khanh, Trần Vạn Giã
kinh ân ái tìm nhau

rồi Quan Dương, Đức Phổ
Nguyễn Đăng Trình, Sỹ Liêm
Như Không, Hồ Chí Bửu
Nguyễn Hàn Chung kinh ghiền...

thời này đông vui lắm
Hiền Mây, Ngô Tịnh Yên
Phan Huyền Thư, Cổ Tích
kinh thơm gối tọa thiền

xin chân tình tạ lỗi
khó kể hết nhà thơ
tặng kinh cho cuộc sống
tôi thỉnh được tình cờ

kinh và thơ như một
người và tình chung đôi
tôi con ong hút mật
thỉnh kinh thơ suốt đời

BUÔNG BỎ

muốn học đòi buông bỏ
nhưng biết bỏ cái gì
lòng rỗng luôn mở ngỏ
đành chờ bỏ tử thi

nửa kiếp người khập khiễng
đến kiếp ma thế nào
số phận còn liểng xiểng
hồn hanh hao thấp cao

sống chờ đời kết thúc
ngẫm không gì ăn năn
đâu có chi sám hối
nhật nguyệt luôn thăng bằng

trời đất đãi ngộ tốt
dài một đời làm người
không lên voi xuống chó
thủ yên phận cái tôi

đâu có gì buông bỏ
kể cả cái tử thi
một mai khi đến đó
giao quyền em tùy nghi

hồn đang ở trong xác
xác đang ở trong đời
đời ở trong nhân cách
nhân cách ở trong tôi

buông bỏ tính tốt xấu
sẽ làm tôi mất tôi
buông bỏ tôi chút xíu
cũng sẽ hết làm người

08.10.2016

SÁM HỐI

chủ quan tin không lỗi gì
khỏi phải sám hối cúi quỳ ăn năn
ngẫm lại chợt hiểu ra rằng
thân con kiến cũng ngang bằng con voi

con kiến, tôi đây giết hoài
sát sinh đâu thể phân loài nhỏ to
muỗi, ruồi, gián, nhện, sâu-đo
ai không sát hại chẳng đo đắn gì

tôi từng là lính chính quy
bắn bờ đâm bụi chắc chi không là
biến con người thành con ma
ma người và cũng chính là ma tôi

tạ ơn độ lượng Phật Trời
đã cho tôi được thảnh thơi mỗi ngày
thành tâm sám hối từ nay
thận trọng sử dụng bàn tay có lòng.

THƠM LÂY

em yêu đều đặn lên Chùa
cung kính đảnh lễ bốn mùa thành tâm
cùng bay theo khói hương trầm
lời em cầu nguyện thì thầm những chi

từ xa ngắm dáng em quỳ
thấy ra một đóa hoa thùy mị thơm
đêm về môi ngọt nụ hôn
ngộ em thánh thiện có hơn mọi ngày

nắm bàn tay nựng ngón tay
hương từ bi ngấm trong này hay chăng
tay em không phải là trăng
sáng mềm như lụa bọc đèn viết ta

ngại hôn từng ngón nuột nà
sợ hơi phàm tục lây qua bụi trần
biết em thờ Phật trong tâm
ta cũng bắt chước lâm râm nguyện cầu

xin em xinh đẹp thật lâu
xin em yêu quý luôn giàu yêu thương
cả đời cùng nằm chung giường
em sen ta cũng tỏa hương huệ nồng.

TÌM TÌNH VẮT VAI

"trai khôn tìm vợ chợ đông" [1]
ta trai mới lớn vai không cũng buồn
các em trường nữ cùng trường
trông vời tà áo thoảng hương không đành

cho dù cũng giỏi chạy quanh
tóc thề giờ bãi học thành thói quen
oái oăm thay tuổi sách đèn
sớm mơ chung học dưới trăng đêm dài

bè bạn nhờ tình vắt vai
tự nhiên thấy chúng bảnh trai ra nhiều
không quen yêu chỉ để yêu
đâu thể có được sáng chiều nắm tay

buồn tình lên chùa cầu may
xin được một lá xăm đầy tình duyên
lòng trần thăm cõi tịnh yên
bồng bột nông nổi chợt hiền lành hơn

nhìn màu áo lam giản đơn
tự nhiên sợ hãi chẳng bồn chồn chi
đứng xa nhìn các em quỳ
đêm về nằm cứ hồ nghi dạ mình

em phật tử em nữ sinh
nhớ vu vơ chẳng bóng hình nặng vai
tuổi mới lớn không quá dài
yêu nhiều chẳng rõ yêu ai tôn thờ

linh tinh cả đám vào thơ
nữ sinh nữ phật tử hờ hững qua
câu thơ già tình chẳng già
tưởng sẽ xuống tóc vậy mà không tu

7.17 sáng, 03-11-2018

----
(1) ca dao

ĐAO KIẾM

"buông đao xuống thành Phật"
ta không kiếm không đao
cùng lắm bị ức chế
lòng nhú cái cán dao

đó là sự trù ẻo
nguyền rủa thầm trong lòng
kẻ làm ta bực tức
ví như chuyện núi sông

độc mồm hay độc miệng
có tác dụng gì không
còn tệ hơn gãi ngứa
bọn làm ta buồn lòng

trầm tĩnh suy nghĩ lại
sợ vướng phải ác tâm
từ nay chuyện đất nước
tạm như đui điếc câm

được không thì chưa biết
con người có tấm lòng
tấm lòng từ đâu có
hình như từ núi sông

cán dao ta có lưỡi
xuống địa ngục cũng đành
ta nguyền rủa gian ác
sớm đền tội sử xanh.

TỪ THIỆN

từ thiện phát tự tấm lòng
không cần đền đáp là dòng chánh tâm
bố thí nghĩa là cho không
không chờ hồi báo công ơn bọt bèo

hình như Phật dạy tiếp theo
vui nhận trả lễ là gieo lòng thành
tạo thêm truyền thống an lành
kẻ cho người nhận đồng hành thọ ơn

yêu em là tôi có lòng
em yêu lại là cảm thông chân tình
cả hai thực thi nhân sinh
đều làm từ thiện, chúng mình giúp nhau.

BÌNH BÁT

tôi có thú thích ngắm
bình bát nằm trong tay
những nhà sư khất thực
thong dong sống qua ngày

nhiều lúc rất muốn sắm
bình bát như nhà sư
sáng sáng ôm đến đứng
thanh thản trước cửa người

bình bát là vật đựng
thức ăn một khẩu phần
người xin không chọn lựa
kẻ cho tùy hỷ tâm

nhà sư không tâm nguyện
sẽ được cho món gì
trân quý mọi tặng vật
hưởng dụng chắc tùy nghi

bình bát không khó sắm
kích cỡ tôi và sư
chênh lệch nhau nhiều lắm
người thường kẻ chân tu

nếu thiền đứng trước cửa
không biết tôi đợi gì
vật ngon vào bình bát
hay đôi mắt nữ nhi?

TRÀNG HẠT

sư không đeo tràng hạt
trông có phần vô duyên
tôi nếu diện tràng hạt
lố bịch, mất tự nhiên

tràng hạt thuộc văn hóa
của tín ngưỡng thiêng liêng
vật tùy thân hành giả
tụng niệm khi tâm thiền

một trăm lẻ tám hạt
mộc-hoàn-tử xâu chung
dược tính hạt giải được
nghiệp ma chướng hành hung

xuyên tâm đều trật tự
hạt tu-di giáp vòng
Phật, Pháp, Tăng nhẩm gọi
lần một hạt thong dong

theo thời tu đơn giản
cho người chưa quy y
tràng hạt gọn nhiều cỡ
tùy tâm được tùy nghi

năm-bốn hay ba-sáu,
hăm-bảy hoặc ngắn hơn
vỏn vẹn mười-tám hạt
bằng nhựa nắn tròn tròn

hình thức bớt quan trọng
miễn là hết tâm hồn
khi lâm râm tụng niệm
những điều mình cầu mong

tôi cũng đeo tràng hạt
bằng xâu chuỗi lệ người
của tôi và tất cả
những người thương chúc tôi.

ĐỌC LẠI "LỬA TỪ BI" (1)

mấy mươi năm đọc lại
bài thơ Lửa Từ Bi
quá khứ như hiện tại
thấy Phật trong tâm thi

trong thơ không có lửa
trong thơ tinh khiết tình
đớn đau cùng bất lực
tạ ơn người hy sinh

nhà sư tâm con Phật
da thịt xác phàm người
lửa tạo nên xá lợi
nghìn muôn năm ngậm ngùi

"đông tây nhòa lệ ngọc" [1]
đời giữ mãi trong lòng
bóng người và ngọn lửa
dâng hiến cho núi sông

mây trời buồn tiếp khói
tâm xác thành trầm hương
đạo cùng đời nhập một
nghĩa tình tỏa muôn phương

lắng lòng đọc thơ cũ
thi tài Vũ Hoàng Chương
biến thơ thành nước mắt
chừng như run theo buồn

một trang đời trang sử
còn mãi đó bóng đời
trước khi già theo tuổi
tôi già theo tình người.

(1) thơ Vũ Hoàng Chương

VÔ DUYÊN HỮU DUYÊN

trồng bông mong ngày ra hoa
cầu hưởng tinh túy vị tha gốc cành

tôi trông bông chăm chân thành
lâu ngày già tháng lá xanh mượt mà

mười loại một loại ra hoa
lơ thơ vài nụ chắc là tạ ơn

cho dù lòng rất dỗi hờn
nhưng tôi không bỏ việc trồng bông chơi

nhìn cây tốt lá cũng vui
trong tâm tôi nở những chồi đầy hoa

đêm ngủ gối bàn tay già
vị hương lá biếc ngộ ra hoa hồng,
lan, mai, huệ, cúc... thong dong
vạn thọ, thược dược, mẫu đơn... nồng nàn

và tôi phơi phới chuyển sang
thế giới hoa cỏ bình an mỉm cười.

04-11-2018

DƯỚI TRĂNG ĐỌC "ÁNH ĐẠO VÀNG" [1]

dưới trăng đọc «Ánh Đạo Vàng»
chữ mờ chữ tỏ nhẹ nhàng lòng mơ
một ngày quỳ trước bệ thờ
vụng về niệm những câu thơ trong đầu

từ mùi trầm nhang thành câu
từ hương hoa quả kết nhau thành vần
và từ thanh khiết thành-tâm
tạo nguồn ngôn ngữ chuông ngân mõ buồn

kiến thức am hiểu tầm thường
tư tưởng Phật dạy khiêm nhường mỏng manh
thơ cung kính là lòng thành
yêu thương lượng nụ đức lành ngài ban

hiểu lơ mơ "Ánh Đạo Vàng"
lòng như hé mở đường sang cõi mầu
đã nhìn ra hướng về đâu
trước mặt những đóa sen hầu Như Lai

(1) Tác phẩm của nhà văn Võ Đình Cường.

KỂ CÔNG

mỗi tháng chở em đến chùa
một ngày thứ bảy không mưa tuyết gì
chủ nhật thỉnh thoảng cũng đi
nếu rằm mùng một đôi khi trùng ngày

em làm tín hữu lâu nay
ta làm tài xế mát tay đều đều
đến chùa ta ít vào theo
bởi dấu chinh chiến còn đeo bên mình

năm khi mười họa thình lình
ở phòng thiện ngự, thật tình hổ ngươi
ta ngờ cũng có đôi người
nghi ta ngồi chực đến giờ ăn chay.

HIỆU NGHIỆM

tình cờ ăn cắp cuốn kinh
trong hôm được phép đưa em đi chùa
bỗng dưng trời bất chợt mưa
nắng bị gió xóa giữa trưa nhẹ nhàng

sợ em ướt búp tóc vàng
mở kinh định hứng... đâu toan tính gì
lẳng lặng, em quay mặt đi
mà không lên lớp như khi bực mình

dòng kinh Phật thật hiển linh
mưa nhòe vài chữ lòng mình mang mang
yêu em, ngấm vội mấy hàng
nam mô... em đã... dịu dàng hơn xưa.

(2002)

HÁI LỘC XUÂN

lộc thường là trái quít
vị chua ngọt còn tùy
nhưng bỗng nhiên rất quý
bởi đượm mùi từ bi

em tôi mê hái lộc
đầu xuân đến nhiều chùa
năm nào cũng cung kính
lễ Phật thỉnh hương thừa

em tham không đơn giản
em tham có tâm hồn
mỗi người hái một trái
em thường xin nhiều hơn

nhà bao nhiêu nhân khẩu
thiếu điều kiện đến chùa
em đại diện xin đủ
về chia lại khoái chưa!

trước khi hái em vái
đọc tên người cần xin
hái xong em đánh dấu
khỏi lộn phần xui hên

mỗi lộc một câu ứng
với một nguyện cầu riêng
thường là câu lục bát
hoặc tục ngữ làm duyên

lộc về, tôi phải đọc
đoán lộc như đoán kiều
từ tầm thường dân dã
tôi chợt thành cao siêu

câu thơ thường đơn giản
ý nghĩa khá rõ ràng
nhiều khi tôi đoán nhảm
thành ra thật siêu phàm

biết em yếu bóng vía
câu dở tôi khen hay
dở hay đều trật lất
chẳng có chi đổi thay

lộc tượng trưng có thể
là đơn vị đức tin
một món quà năm mới
có hơi hám hiển linh

10.02.2016

HỨA

vài ba năm nữa đi tu
tụng kinh giải thoát tên tù tà tâm
em từ bi mở cõi âm
lỏng tay thả cọng hương trầm vái theo
lòng trần tục chợt trong veo
quên sông, quên lạch, quên đèo, quên mương
chỉ xin được giữ mùi hương
để làm tấm thảm mười phương phiêu bồng
qua đèo, qua lạch, qua sông
một lòng thanh thản như không có tình

em xinh
mặc kệ em xinh
vài ba năm nữa tụng kinh một mình
không thành tiên
cũng thành tinh.

(2002)

THƠ RỜI MÙNG MỘT TẾT

1.
hình, tượng Phật ngự trong chùa
hồn, thần Phật vẫn nằm ngoài thế gian
hôm nay tôi chạy lang thang
nơi nào cũng gặp hào quang của Ngài
trời trở lạnh tím mũi tai
lòng vẫn đủ lửa sưởi vai thăng bằng
chợt ngấm ngan ngát hương sen
mùi thơm tụ sáng ngọn đèn soi chân
tôi đi những bước đầu năm
xuất hành trong lúc lòng không vui buồn

2.
ngồi đợi ở phòng thay đồ
tôi thành pho tượng bất ngờ vô tâm
nhãn quang không thể chiếu gần
quý bà đạo hữu quý ông ở chùa
găng nhìn mũi giày đu đưa
ngỡ như nhớ lại đường vừa đi qua
hai bàn chân nhỏ vậy mà
vượt qua ngàn dặm bôn ba trong đời
đạp nát trục trặc buồn vui
còn mấy chướng ngại ngược xuôi sau này?

3.
ngồi dưới cầu thang nghe kinh
những tràng rên rỉ làm mình nhức xương
tự nhiên nghe thấm thía buồn
vẫn chưa hiểu mấy vô thường là sao
tư tưởng Phật quá thâm cao
vốn dốt triết lý đành chào thua thôi

khôn khôn dễ sống ở đời
ngu ngu dễ chết thảnh thơi nhẹ nhàng

4.
bạn quen suýt đụng chân mình
phản xạ gọi khẽ cố tình giả lơ?
hay là trong lúc làm thơ
mình lên, xuống sắc bất ngờ lạ ra
bạn hiền từ tốn đi qua
mình ngồi ngó xuống phần ba thân hình
chỗ nào thấy cũng của mình
kể cả cái rất hữu tình bên trong

5.
nhịp chân theo tiếng mõ chuông
vài ba bà ngó như tuồng dễ gai
chuông mõ thật sự êm tai
pha giọng kinh tụng bi ai đều đều
nếu như đang nằm chèo queo
chắc thiu thiu ngủ một lèo như chơi

6.
không dám đeo mắt kính râm
kính lão không có mắt trông lờ mờ
dựa vách chùa ngồi làm thơ
muốn đem hơi đạo nhập vào đời chơi
Phật học tuy chẳng trên trời
nhưng không thấu hiểu đành thôi vẽ trò
định dựa lời kinh vòng vo
thêm bớt chút ít thành thơ chân thiền
bất tài cộng với vô duyên
câu chữ chỉ lộ cái ghiền yêu em.

(2016)

KỂ CHUYỆN MỘT NGÀY TẾT

ngày tết mặc quần rằn ri
đưa em đến cõi từ bi, thiệt tình
cái ngu đã hiện nguyên hình
dù nép góc bếp làm thinh ngồi chờ

chờ ăn chực của chùa sao?
thưa không, đợi vợ đang chờ xin xăm
cùng với hái lộc đầu năm
một trái quít cõng mấy dòng giống thơ

nơi tôi ngồi người ra vào
cởi giày thay dép cười chào lẫn nhau
ai thèm để ý tôi đâu
bỗng một ông đến gật đầu ngồi bên

mắt ông có vẻ sáng lên:
cái quần đẹp quá ông đem được à?
trong bụng "tommy đó cha!"
ngoài mặt cười mỉm thưa là mới mua

dù cụt hứng, ông búa xua
cái chuyện đánh giặc thắng thua một thời
tôi bảo thấy tiện mặc thôi
quần có nhiều túi cất đời nhiều hơn

bắt tay, tai vẫn như còn
giọng enchanté của ông yêu đời
lễ chùa năm ấy tôi vui
vì đã nói láo mình người civil

gạt được một người đã tin
bỗng sợ chư Phật thấy mình điêu ngoa
trên đường lái xe về nhà
lâm râm mô Phật nghe ra buồn buồn

sự hiện hữu của vết thương
chỉ là một chiếc huy chương sau cùng
đêm xuân trời lạnh nhức chân
cảm ơn viên thuốc an xương gân giùm

2019

NHỮNG NGÀY RẰM THÁNG TƯ

Rằm Tháng Tư, 1959

mẹ mất đúng rằm tháng tư
xác mòn mỏi ngấm từ từ khói hương
con vòng tay đứng cạnh giường
mặt mày khô ráo, bình thường như không

con thằn lằn ngắm bình bông
bỗng nhiên chặc lưỡi, buồn lòng liếc ngang
hiên ngoài gió chở trăng vàng
nhập vào khe cửa cư tang cho Người

dòng kinh siêu độ ngậm ngùi
ai tụng? không phải lòng tôi đâu mà!
tiếng chuông mõ mơ hồ xa
loãng tan như giọt lệ va xuống lòng

con đứng ngơ ngác, trời trồng
căn buồng hư ảo mênh mông lạnh lùng
chập chờn cánh muỗi ngập ngừng
còn về xin giọt máu buồn mẹ chăng?

trộn tình vào những vệt trăng
ướp thơm xác mẹ vĩnh hằng siêu sinh
đời con đi, chẳng một mình
bởi trong hồn vẫn hiển linh mẹ nằm

rằm tháng tư, Phật trong con.

Rằm Tháng Tư, 2002
(gởi chị Lê Thị Kim Anh và em Lê Hân...
để nhớ rằm tháng tư, ngày giỗ má chúng ta)

nằm im dưới ánh trăng mù
nghe trong hương gió điệu ru đầu đời
lơ mơ thả gót rong chơi
gặp bàn tay mẹ xoa đầu, à ơi...

chùm ca dao trải xanh trời
chở tôi bay bổng một đời cùng thơ
lòng nôi lòng võng ngày thơ
lót bằng lòng mẹ bây giờ còn thơm

đời tôi chưa biết ổ rơm
chỉ ngấm hương ổ tình thơm mẫu từ
mẹ đi biệt giữa tháng tư
vầng trăng tròn lắm, hình như tròn hoài

tôi nhìn rõ lắm hai vai
mẹ xuôi trong chiếc quan tài bình an
nhớ như in, nhớ rõ ràng
tôi im lặng đứng cạnh bàn khói hương

tôi không là đứa bình thường
mắt không có lệ lòng vươn trần nhà
tôi đi tôi đứng như là
những cánh hoa huệ nở ra âm thầm

ngậm câu kinh Phật trong lòng
hóa ra tôi khóc bằng dòng khói hương
mẹ tôi chừ ở mười phương?
không đâu, mẹ vẫn ngồi đầu giường tôi

câu thơ tôi ngát tình đời
chỉ nhờ hơi ấm mẹ tôi thở vào
mẹ không biến thành ngôi sao
mẹ là tất cả dòng thơ tôi trồng

già nửa đời tôi lưu vong
rằm tháng tư vẫn chờ trăng xứ người
nằm im đắp ánh trăng mù
nguồn ca dao cũ từ từ mở ra.

(2002)

Rằm Tháng Tư, 2019

Mẹ là Phật của tôi riêng
tôi còn sống mẹ an nhiên sống cùng
ngoài đời mẹ mất chân dung
trong tâm tôi mẹ khiêm cung dịu dàng
mẹ là chỗ dựa an toàn
mỗi khi tôi muốn đầu hàng cuộc chơi
tóm gọn chỉ chừng nấy thôi
bài thơ về mẹ tuyệt vời muôn năm

đêm nay sáng rực trăng rằm
ngày mẹ theo Phật hay gần chư tiên
mẹ là Phật của tôi riêng
chỉ cần biết vậy tôi yên sống đời
vọng cao mắt ngó lên trời
mây không bay cũng ngừng trôi bất ngờ
vói tay xin một nhúm thơ
thay hương khói kính hư vô mẹ hiền.

2019

MÀU HOA VU LAN CHỢT GẶP

mãn phần, mẹ mất thật chăng?
không đâu, mẹ lặn theo trăng trên trời
tròn sáu mươi năm cuộc đời
tôi sống thiếu vắng bóng người sinh tôi

mênh mông trong nỗi ngậm ngùi
tôi lẩn tránh chỗ lắm người cài hoa
lòng cầm không nổi xót xa
chừng như mỗi bước đều là chiêm bao

tôi đi đến những nơi nào
tiếng chuông chùa mãi nao nao chạm lòng
phảng phất hình bóng hoa hồng
hiện cùng giọng hát tay bồng ru tôi

dụi mắt xốn xang nụ cười
trán non nớt ấm hương môi mẹ hiền
tay thơm mùi sữa hồn nhiên
tôi sờ má mẹ như ghiền đã lâu

rõ ràng đã biết gì đâu
kính yêu lòng đã ăn sâu khi nào
vượt qua đầu đạn mũi dao
cũng nhờ có mẹ luôn bao che mình

người mất càng thêm hiển linh
suy nghiệm theo những sự tình chính tôi
càng tin mẹ vẫn trong đời
khi tôi còn được làm người thế gian

và hoa cho lễ vu lan
không chỉ hồng trắng trang hoàng áo ai
tôi nghe thoảng tiếng thở dài
tiếng cười khe khẽ hoa cài áo em

tôi chợt có hoa không tên
nở từ thương nhớ ngày đêm thơm lừng
khó ca ngợi nỗi mông lung
với hư ảo với vô cùng linh thiêng

cha là thánh mẹ là tiên
nôm na chỉ vậy tùy duyên mỗi người
bước tôi bất chợt thảnh thơi
về đến nhà xếp bằng ngồi bình tâm

vu lan năm Mậu Tuất 2018

BÁO HIẾU

cha tôi cũng là bụt
của riêng mấy chục người
một gia đình ít khóc
nhưng chưa dư nụ cười

mẹ tôi còn roi vọt
cha tôi chẳng bao giờ
làm con cháu đau nhẹ
ngoài bồng và hát thơ

hồ như không biết lạy
cúi đầu bên bàn thờ
là cách ông cúng kiếng
thả hồn vào hư vô

cỡi lưng cha từ nhỏ
nhìn cha khuất cuối đời
nỗi đau không thành sẹo
rỉ rả buồn khơi khơi

- thương cha để trong bụng
- kính cha để trên đầu
làm sao quên cho được
"- con thương cha để đâu?"

theo giáo huấn Phật Giáo
kính hiếu dâng mẹ cha
phải có Sự và Lý
áp dụng cho hài hòa

Sự: chăm nom, phụng dưỡng...
Lý: nhắc nhở tuổi già
may ra tôi có Sự
Lý, hời hợt ậm à

thường trực làm cha khổ
đến khiến cha xót xa
chừ mỗi ngày lặng ngắm
ảnh thờ của mẹ cha

thay đọc kinh Trường Bộ,
kinh A Hàm, Báo Ân...
hay kinh Tâm Địa Quán
luôn cảm nhận được gần...

cha ưa thích trà nóng
vị ngọt đường và hương
biết cha quý thơ thẩn
nên con chơi tới luôn.

CHẠY TỘI NHẬN TỘI

thời thanh niên phơi phới
háo sắc không trách gì
trung niên chừ quá lứa
còn lén dòm chân quỳ

người ta đọc kinh kệ
mình thầm viết kinh tình
dù kín đáo khôn khéo
làm thinh trước hiển linh

về nhà ngồi chép lại
thơ thẩn viết tại chùa
dẫu phảng phất chuông mõ
vẫn phóng đãng se sua

biết sai không xóa bỏ
chứng tích chạy tội mình
lại gom khoe đời rõ
nhận tội mong giảm khinh

tội có nhiều thứ tội
cố ý khác vô tình
tiểu sinh tôi cố ý
chờ ngày bị dụng hình.

ĐỜI

quan niệm "đời = quán trọ"
tôi nghĩ rằng hơi sai
đã sống dẫu mươi phút
cũng một đời như ai

được ra từ lòng mẹ
là một hạnh phúc rồi
cuống rún dù chưa cắt
đã thở được khí trời

đời đâu cần dài ngắn
vẫn có một kiếp người
theo chiều dài ngày tháng
luôn tích cực yêu đời.

ĐỨC TIN

thờ Phật không thờ thánh?
thờ thánh không thờ thần?
mỗi ngài mỗi cương vị
tôi thờ hết trong lòng

có phải tôi ba phải
chưa hiểu tín ngưỡng chăng
hay nhiều tội sợ hãi
tin hết cho chắc ăn

không đúng mà cũng đúng
nhiều lúc ngẫm thấy sai
là khi tôi phơi phới
yêu em không sợ ai.

LẨN THẨN

mây chừng như không biết
tự nó bay về đâu
mây di chuyển theo gió
chắc không hẳn vậy đâu

tôi nhìn trời nhiều bận
thường xuyên qua mỗi ngày
phát hiện mây vẫn đứng
khi gió lớn đang bay

và khi trời rất lặng
lơ lửng mây lang thang
như một kẻ nhàn nhã
ngao du không chọn đàng

mây bay cùng mây đứng
tôi nhiều lần băn khoăn
sau này tôi quá vãng
mây vẫn vậy hay chăng?

LÌA ĐỜI

lá rơi khác với lá bay
lá rơi chao đảo lăn quay rớt liền

lá bay bềnh bồng nghiêng nghiêng
lưỡng lự lơ lửng chọn miền gởi thân
lạc xa hay chợt buông gần
sắp sửa chạm đất ngại ngần vụt lên
hồ như chưa dễ nguôi quên
tháng ngày phơi phới nằm trên nhánh cành
kéo dài nuối tiếc mong manh
khép một đời nhớ tròng trành gió reo

lá rơi rụng một cái vèo
lá bay thong thả gắng gieo nỗi buồn.

tôi khi hoàn tất vai tuồng
rơi bay quả thật chưa tường ra sao...

09-11-2018

NGÕ TRE
NHÀ KHẮC MINH QUẢNG NGÃI

chiều qua nơi ngõ tre
khắng khít đôi chích chòe
chuyền cành và đạp mái
cả ngõ xanh lắng nghe
tình vui ngân nhè nhẹ

sớm mai nay ngõ tre
gió giảm bớt lè nhè
nắng xuyên vàng cành lá
sưởi khô vết máu đè
khi hôm trái mìn nổ

người đến vội ngõ tre
tần ngần với tay che
ngõ đông trong câm lặng
mắt ngó mặt xanh lè
giấu không hết nỗi sợ

an bình của ngõ tre
vang tiếng ruồi vo ve
người giết người dễ quá
khi không cùng một phe
đều cho là chính nghĩa

2018

NGUYÊN CỚ

ta vì tuệ nhãn chưa khai
nhìn em chỉ thấy áo dài hở hông
mơ hồ ngưỡng mộ đóa bông
khiến hồn vía chợt bềnh bồng chân mây

ta vì giới luật chưa hay
gặp em thường ngó vóc đầy đặn hương
tâm không nghiêm nên bất thường
hồn chao đảo giữa mùi hương lạ lùng

ta vì kinh điển chưa từng
mật điển mờ mịt tứ tung đôi điều
ngộ em mặt mũi yêu kiều
cầm lòng không vững đâm liều nhớ nhung
+
ta vì phật tính chưa thông
giáo lý thiết thực trong lòng nằm im
phản xạ theo lệnh trái tim
khi em bước tới, lim dim mơ màng

ta vì đạo hạnh đa đoan
tham ái sân hận lạc quan đa tình
lòng rộng quá dễ vô minh
yêu là độc chiếm riêng mình một ai

2018

SỐNG

nhà sư ôm bình bát
thiền đứng trước hiên nhà
bên trong cửa tịch mịch
thiền ngồi tôi ngó ra

nhà sư chắc không thấy
có người ngồi trong nhà
và tôi không kịp thấy
lòng mình có vị tha

xế chiều êm ả nắng
vạn vật lặng theo đời
tôi cùng sư hít thở
hòa hợp cùng đất trời.

TẠ LỖI CÙNG LÀNG CÂY PHONG

một lần vô ý thức
mải mê viếng vườn chùa
đất rừng rậm cây núi
đi lạc về thời xưa

(một thuở cùng Tiên Phước
nuôi hoang dã trong lòng
thời đầu đời nhận bắt
vạn vật của trẻ con)

đi hoài tức bọng đái
len lén xả suối nguồn
một rẻo của mặt đất
lầm lỡ tạo vết thương

tuy chưa ngồi sám hối
nhưng trong tâm nặng hoài
hành động đáng mắc cỡ
dù trong phút bất ngờ.

TRẢ NỢ

nghiệp chướng tôi quá nặng
dính dáng đến loài chim
qua đủ hai hình thức
kéo dài mấy thập niên

trước nhất giỏi chơi ná
vài năm ở nông thôn
trời phú tay thiện xạ
sát chim lừng tiếng đồn

kế tiếp là mồi bẫy
chim trời về nuôi chơi
tuy tận tình cung phụng
chim cũng ngắn cuộc đời

bắn chim rớt cũng khóc
nuôi chim chết lệ rơi
bao lần đào đất lấp
nấm mộ chim trong tôi

dễ gì không gây tội
trải qua một đời dài
xin kiếp sau trả nợ
làm loài chim mảnh mai.

LÀNG CỦA TRẦM NHANG

(tặng anh Chân Văn Đỗ Quý Toàn)

theo chân cựu huynh trưởng
hướng đạo dạo thăm làng
gió bưng hương lá biếc
đặt lên bước thiền nhàng

làng này không xã ấp
không cả bóng nóc gia
vài ba mái ngói thấp
chưng tượng Phật ấm nhà

mùi nhang trầm từ đó
cùng hồn rừng chan hòa
cây che mát hồ suối
thủ thỉ giọng thiết tha

không kỳ vĩ - kỳ lạ
xinh xinh nhánh cầu ao
an bình gợn mặt nước
con cá nào móng chào

ông anh cựu huynh trưởng
chưa xuống tóc bao giờ
miệng thơm lửa tẩu sáng
cùng hương trà hương thơ

chúng tôi gặp tảng đá
ông thường leo lên ngồi
mắt nhìn cây xanh lá
hồn lơ lửng mây trôi

ông thiền từng phút một
hay chỉ là ngồi chơi
tâm trí hướng về đạo
là lúc biết sống đời

tôi khác ông chút đỉnh
dù đá cũng từng ngồi
thảnh thơi nhìn cuộc sống
đâu nghĩ chuyện khơi khơi

làng xa cây cỏ lạ
dường như thân đã lâu
trầm nhang dâng lên Phật
nhẹ nhàng ngấm tóc râu

cảm ơn ông huynh trưởng
hướng đạo, phật tử cười
Chân Văn bước bát nhã
vẫn thức tỉnh lòng tôi

20-11-2018

CÂY CẢNH

cây không chống nổi tiết thu
bịn rịn héo úa giã từ thế gian
hơi ấm của ánh nắng vàng
không còn đủ giữ bình an khu vườn

nhiều cây cành đã trơ xương
oằn thân trước gió bốn phương đưa đường
khoảnh đất đẹp trùm u buồn
trong tàn phai thoảng mùi hương thế nào?

đứng nhìn cây lá nao nao
chọn bưng vài chậu hoa vào nhà nuôi
trong tôi vang tiếng sụt sùi
nhìm đám còn lại ngậm ngùi ngó theo

số phận thòng sợi dây treo
chia đều vạn vật bọt bèo khác nhau
hiểu tùy duyên kiếp buồn đau
vẫn nghe xót dạ dàu dàu cỏ hoa.

BÀN THỜ

vừa bắt đầu chạng vạng
lặng lẽ đi thắp đèn
mỗi bát nhang thêm ngọn
khói bay mùi thân quen

làm con trai chưa lớn
trách nhiệm quan trọng rồi
giữa âm dương gia tộc
tồn tại gạch nối tôi

người chết xa lăng lắc
và người sẽ ra đời
phải chăng sẽ được gặp
lòng nhau ở bàn thờ

nhìn vong linh bài vị
ngó lư hương ảnh thờ
tôi hồi lên tám tuổi
bây giờ mới làm thơ.

THẮP HƯƠNG

đốt cắm hương vào bát nhang
mơ màng theo ngọn khói tan nhạt nhòa
khói không đủ sức bay xa
ngoài mùi thơm xướt nhẹ qua lòng mình

cõi trên cõi âm u minh
hưởng mùi nhang khói hiển linh thế nào
không buồn chỉ thoáng nao nao
đến ngày ta cũng tan vào cõi không

được chăng ngọn khói phiêu bồng...

NHỚ CON RẮN LỤC Ở NÚI VĂN BÂNG QUẢNG NGÃI

nhớ thời lận súng hành quân
một trưa đóng chốt đỉnh rừng Văn Bâng
nắng gắt nung nám phong trần
rúc vào mé bụi nương thân lá cành

mươi phút... giật mình, lạnh tanh
một con rắc lục nằm khoanh gần đầu
phản ứng ngốc nghếch gì đâu
lăn ra nổ súng để rồi buồn tênh

đêm nằm ái ngại cả đêm
giết con rắn độc, khó quên tội mình
rắn ơi mày chết thình lình
trong khi mơ giấc mộng tình, biết đâu?

hồn mày linh hiển về đâu
tha giùm cho cái tội tau hồ đồ
chết vì tiếng "độc" rêu rao
bởi bản án miệng vận vào nghiệp suông

hơn năm mươi năm vẫn buồn
giết oan con rắn không gây thương mình
thổi hồn mong chữ hiển linh
siêu độ thay một tràng kinh thật lòng.

ÁM ẢNH

giết một con rắn độc
là làm một điều lành?
trừ được mối hiểm họa
xảy đến cho chúng sanh!

sao ta ám ảnh mãi
về rắn núi Văn Bâng
thường nhớ cụ Nguyễn Trãi
giọt máu thấm ba trang

lờ mờ thuyết nhân quả
báo ứng trong cuộc đời
mỗi cử động là nghiệp
vay trả kiếp luân hồi?

Phật dạy báo là quả
nghiệp của quả từ nhân
thiện ác thường lẫn lộn
thật không dễ tránh lầm

con rắn mang mọc độc
là do trời sinh ra
bản chất nó vốn thiện
đâu có tấn công ta

ngày nay nơi âu mỹ
thả thú dữ về rừng
còn mong chúng phát triển
tự nhiên thật ung dung

tội lỗi tôi giết rắn
đã rành rành mười mươi
xin sám hối lần nữa
rắn đầu thai làm người.

ĐẮC ĐẠO

xếp bằng ngồi dưới bụi tre
tập làm bồ tát lắng nghe nhạc trời
hồi ấy còn nhỏ ham chơi
nhờ vậy mê tiếng gió trôi mơ hồ

lớn dần nghe kinh nghe thơ
biết Phật ở cõi hư vô mịt mù
muốn hầu Phật phải đi tu
lại tiếc ngày tháng lãng du bềnh bồng

lòng đã như sáo sổ lồng
dại chi không vút sang sông tà tà
tôi hành đạo kiểu tại gia
tụng kinh qua miệng người ta đọc giùm

ngồi như quỳ giữa không trung
mơ mình đắc đạo ung dung mỉm cười
nghe lại khúc nhạc bên trời
không thành Phật lại thành tôi thuở nào

cửa miệng không thuần nam mô
thường trực thơm phức nụ ca dao tình
chỉ chừng đó đủ hiển linh
đạt chánh quả mức trung bình phàm nhân.

ĐẦU TƯ

có tiền bỏ ra xây chùa
lên làm viện trưởng có thua chi thầy
tu hay không mấy ai hay
xuống tóc sạch sẽ, ăn chay cầm chừng

bày tượng chuông mõ tứ tung
nhang trầm tối sáng thơm lừng uy nghiêm
thùng phước sương đặt trước hiên
tín hữu tám hướng hồn nhiên cúng dường

ta vốn dĩnh ngộ phi thường
lập nghiêm một chút đường đường thành danh
phương trượng, sư bà ngon lành
tu bứt giai đoạn kinh doanh nhẹ nhàng

không cần tiền đâu còn ham
ngoài mỹ danh đã mạ vàng chân tu
dần dần tín hữu tiếp thu
tu giả chuyển hóa thành tu chân truyền

bỏ đạo khó thành Phật liền
bỏ tiền chóng đạt chức quyền hơn đạo
ngẫm chuyện đời nói tầm phào
thiện tai kèm với nam mô tạ đời.

GẶP NHÀ SƯ KHẤT THỰC TRONG SÂN SIÊU THỊ PHƯỚC LỘC THỌ

một nhà sư ở quận Cam
vào sân siêu thị Tam Tiên đứng thiền
từ thân thể động tự nhiên
biến thành khúc gỗ lặng yên suốt ngày
đầu mình liền với chân tay
nhất quán một khối, sống hay chết rồi?

lan man nghi vấn trong tôi
thân yên trí có ngược xuôi phiêu bồng
sư đang nghĩ về núi sông
hay buồn niệm tưởng tình nồng gãy ngang
ưu tư mưu toan mơ màng
giúp vô động tấm thân choàng cà sa?

nắng Cali sẫm màu da
bụi gió lảng vảng lượn qua tấp vào
đức tin giúp ý chí cao
sư có định nhắc đồng bào chi chăng
tôi nhìn sư thoáng băn khoăn
trái tim thầy đập thăng bằng hay không?

bước vào siêu thị lòng vòng
thị giác quanh quẩn đầy tròng bóng sư
nhà sư là người đi tu
tôi phàm nhân cớ sao như... thật là
trong lòng xẻ bảy chia ba
vẫn sáng sắc áo cà sa nắng đầy

trời cao thòng một sợi dây
treo tôi cao tít trên mây bất ngờ
phất phơ cùng những ngọn thơ
đợi phút vào cõi hư vô ngàn trùng
toàn thân nhập thế giới chung
huyền hoặc vũ trụ mông lung quen dần.

BUÔNG XUÔI

"người sống như đống vàng"
người chết như đống bạc
không nên lạc bi quan
tùy mạng còn, thất lạc.

sống phải làm, phải ăn
chết chỉ nằm và ngủ
sống, động hơi khó khăn
chết, tĩnh đội cái ụ

sống chết đều chen tranh
xem ra cùng vất vả
sống ham lo công danh
chết mong đẹp mồ mả

tôi y chang nhiều người
ham sống và sợ chết
nhưng thôi kệ cha đời
nghĩ làm chi cho mệt

NGŨ QUẢ

ngũ quả đại diện ngũ căn
Tín, Tấn, Niệm, Định, Huệ bằng ngang nhau
ý nghĩa tâm linh đứng đầu
dùng quả ăn đẹp sắc màu tượng trưng

ông bà ta xưa chọn chưng
chuối, dưa, cam, quít, xoài, sung mâm đầy
tùy vùng linh động đổi thay
dâng lòng hiếu thảo thẳng ngay cúng dường

Phật, gia tiên, thần thập phương
hưởng hơi trong lúc trầm hương phiêu bồng
giàu nghèo đều được cảm thông
đều cho chỗ dựa ấm lòng nhân sinh

ngày nay âm gọi gợi hình
theo tên quả cúng đệ trình ước mơ
"cầu dừa đủ xài..." sơ sơ
cúng rồi ăn thiệt khỏi thờ chi lâu

nam trung bắc bắt chước nhau
sợ kẻ khuất mặt trên đầu hăm he
cúng thờ cốt ý để khoe
hữu thần, đạo đức màu mè giàu sang

mô Phật không dám lạm bàn...!

TỰ TẠI

thức dậy khá lâu rồi mới nhớ
mình là một đứa biết làm thơ
có nghề chọn xếp từ cùng chữ
dài ngắn thành câu thật vu vơ

đã nhớ, thực hành ngay mới được
ngó lên trước mặt nắng lồng mây
ửng sắc trắng xanh nguyên khối ngọc
đứng yên, nhìn sững ngỡ như bay

bài thơ mây trắng trời xanh sống
bát ngát an bình lộng lẫy thơm
hương không phát xuất từ hình ảnh
len lén tỏa ra bởi tấm lòng

ta với không gian đồng điệu thở
kéo theo vũ khúc gió đưa cành
chim bay dưới cánh phi cơ đến
biết đâu Chiến Thắng Phật đồng hành?

một buổi sớm mai chừng nấy chuyện
đã là hạnh phúc dẫu ngẫu nhiên
ngày nào ta cũng tình cờ vậy
kém cạnh chi nhiều một trích tiên?

VỌP BẺ

cặp chân chuyên đá song phi
đứng tấn luyện sức chưa quỳ trước ai
có chăng đôi lúc chạy dài
theo em thanh lịch trang đài mỹ nhân

dẫn đời băng núi lội sông
chinh phục từng tấc đất gần trời xa
sá chi những chuyện trăng hoa
vác cày qua núi từng là dễ không

ruộng thấp cao chẳng ngại ngần
chức năng nam tử bón phân vẹn toàn
trời sinh chi chữ thời gian
bất tử chuột rút khựng ngang giữa đường

không va chạm chẳng bị thương
bỗng dưng cứng ngắc như dùn thịt da
hết hồn đang đạp chân ga
nhả ra đạp thắng suýt va mả mồ

quên không đọc kịp nam mô
Phật đeo trước ngực độ vô lề đường
chẳng tội chi phải cần buông
có chăng cái tội ưa buồn khan khan.

12-11-2018

VÁI LẠY

hình như Phật không dạy
vái lạy có từ đâu
khởi từ mong che chở
dâng xin điều nguyện cầu

lạy vái của người Việt
có phân biệt rõ ràng
người xưa lưu trong sách
học theo khá dễ dàng

hai lạy kèm hai vái
kính người sống đương thời
cụ thể như cha mẹ
thương kính tạ ơn người

ba lạy kèm ba vái
để kính Phật Pháp Tăng
ba ngôi bi trí dũng
giúp tâm linh thăng bằng

bốn lạy kèm bốn vái
cho người đã siêu thăng
thanh thản về cực lạc
tìm cuộc sống vĩnh hằng

năm lạy cùng năm vái
dùng tạ bậc đế vương
kim mộc thủy hỏa thổ
có hơi hám hoang đường

riêng tôi dùng một vái
hối lộ mong em yêu
hoặc rộng rãi bỏ lỗi
tôi dối em hơi nhiều.

THỈNH TƯỢNG

dù có thói bắt chước
vẫn dùng nhãn quan riêng
khi có dịp được chọn
thỉnh tượng Phật linh thiêng

rước Ngài về chỗ ở
tốt xấu không chọn giờ
khai quang Ngài không lễ
thường thay bằng bài thơ

chẳng phải ưa sưu tập
chưa bỏ được tham lam
tượng thờ giàu nghệ thuật
ngộ được lòng vẫn ham

vì thế nhà có đủ
dáng Phật đứng Phật ngồi
uy nghi từng tác phẩm
cùng tôn kính lòng tôi.

THÓI QUEN

tranh ảnh kín tường vách
thấp thoáng mạng nhện giăng
thường thường tôi mặc kệ
những sợi tơ đen đen

xem như kiểu trang trí
nghệ thuật cho trần nhà
ngắm nghía nét hoa mỹ
dễ sinh lòng vị tha

lâu lâu cầm chổi quét
thả lỏng con nhện sa
phá nhà tha sinh mạng
bần thần rồi cũng qua

thói quen vợ không trách
còn như rất đồng tình
dù đôi khi cũng sợ
bị nhện cắn thình lình.

SỐ MẠNG

chín, chín, tám mươi mốt ngày
gần tròn một tháng tập ngày gác đêm
không "sủng ái", giảm hũ hèm
đã tu già nửa đời lem nhem rồi

học bắn súng bảo vệ người
sống tự do với nụ cười bình an
"cư an tư nguy" sẵn sàng
cũng là hành đạo đàng hoàng nam nhi

Tổ Quốc, Danh Dự cùng đi
với Trách Nhiệm thật phương phi vào đời
từ khi xuống tóc nửa vời
mặc đồng phục, giữ sáng ngời phận trai

Chúa Phật tiếp tục đóng vai
tâm linh hướng dẫn dài dài cuộc chơi
bi - trí - dũng của chúng tôi
tùy theo nghiệp chướng từng người hưởng riêng

tôi có duyên lẫn vô duyên
giữ mạng sứt mẻ tự nhiên không nhiều
buông bỏ được tính tự kiêu
tăng hay giảm người thương yêu cũng đành

16-11-2018

CƠ HỘI

cả đời chưa sờ dùi mõ
cơ hội nào lật trang kinh
mỗi tháng hớt đi nhúm tóc
trẻ già ta vẫn là mình

chưa hề dám mơ theo Phật
tự biết mình có tâm hiền
đôi khi đập ruồi giết kiến
sát sinh như một tự nhiên

đôi khi đi ngang Phật tự
đứng nhìn chữ ghi tên chùa
Hán, Nho không phân biệt được
kinh ư nói cùng bằng thừa

cũng sắp qua rồi một kiếp
chưa tu hết cơ hội tu
biết đâu trong giờ hấp hối
nhắm mắt mơ đủ thành sư.

ĂN CẮP [1]

"vô chùa ăn cắp cuốn kinh" [2]
chuyện tôi hư cấu theo tình trong thơ
thi ca có những dật dờ
tưởng tượng hơi quá để vào văn chương

một ông sống giữa đời thường
tại nơi tuyệt hảo phố phường tự do
vô chùa rảo bước thăm dò
bình tâm thỉnh tượng không đo đắn gì

ăn cắp La Hán làm chi
bởi mê nghệ thuật hay vì đô la?
nhìn ông khỏe mạnh chưa già
chắc vì muốn tặng cho bà nào thôi

ông cũng bất hảo ngang tôi
đã phạm ngũ giới cấm với người thế gian
nhưng tội tôi khá nhẹ nhàng
còn ông có vẻ bất an hơn rồi

sống trong cộng đồng đông người
chưa quy y cũng nên lưu ý giùm
chùa đình là tài sản chung
dẫu yêu nghệ thuật cũng đừng quá tay

chùa Điều Ngự mấy hôm nay
có một chút xíu không hay bất ngờ
tôi nhân cơ hội đề thơ
cũng là ăn cắp tỉnh bơ nữa rồi!

----

(1) theo tin thời sự có thật xảy ra ở Chùa Điều Ngự của thành phố Westminster Nam California hôm thứ bảy ngày 10-11-2018 vừa qua. (ảnh của người "mê nghệ thuật cổ")
(2) xem bài Hiệu Nghiệm.

BỐC MỘ MẸ ĐẺ

mẹ chết chôn đất nhà
nghĩa địa của gia tộc
thân mẹ đắp cỏ hoa
ngỡ đời đời ở đó

bỗng dưng cốt không yên
cái gọi là cách mạng
chiếm đất bắt đào lên
cho hợp đời vô sản

trong đất mười tám năm
tan biến cả sợi tóc
lặng nhìn dạng dáng nằm
không còn lệ để khóc

đời bảo người của đất
Phật dạy đời vô thường
tôi tin chết chưa mất
còn trong lòng nhớ thương

mười tám năm không ngắn
mẹ đi đầu thai rồi
làm lại một người khác
tiếp tục trả nợ đời

đầu thai là chuyển kiếp
hiện diện dưới bầu trời
sinh ra sống để chết
luẩn quẩn cũng vui thôi

từ cổ đại Ai Cập
đến Phật răn mọi người
tạo nghiệp do gieo quả
vụng tu phải luân hồi

bản chất của bản ngã
ra sao gồm những gì
và khái niệm vô ngã
minh chứng những điều chi

bốc mộ mẹ đứng ngó
một trũng đất ngả màu
đen vàng và lẫn lộn
sắc trí tưởng vô màu

mẹ chừ là công chúa
mẹ chừ bé bán rau
cao lắm mười mấy tuổi
hay siêu thoát đã lâu?

TAM KHÔNG

"không nhìn không nói không nghe"
giả câm đui điếc khỏe re cuộc đời
dùng tâm ngó, nói, nghe... chơi
thực hành đạo lý luyện người vô ưu

cái miệng chừ dùng để cười
ăn uống cùng với lưỡi môi hôn tình
lon bia cốc rượu thình lình
phì phà thuốc lá cung nghinh bạn bè

mắt chừ ngó nắng mưa đè
liếc em đôi chỗ thường che mắt người
nhìn sông biển nước chảy xuôi
vẩn vơ quan sát cặp ruồi cõng nhau

cặp tai không ngoáy đã lâu
sấm trời ngang chú vịt bầu tỉnh bơ
âm thanh chừ thoáng mơ hồ
xao động kiểu gió qua rào vi vu

càng già càng hết ưu tư
nghe, nhìn, nói đã hơi dư với mình
triết lý tam không phát sinh
từ Ấn qua Nhật thành hình ra sao

Phật dạy đừng nói tầm phào
đừng nghe bá láp chuyện khô ướt gì
không nhìn những vật ly kỳ
vừa thánh vừa quỷ nhiều khi hại mình

tam không, bách không linh tinh
tôi sắp sửa tùy vô tình khiến sai
nay còn tỉnh, lo thở dài
thêm vài hơi tiêu phí tài ba hoa.

THAN

không muốn than bệnh than già
đôi khi buồn quá xì ra nỗi lòng
phải chi dễ được khóc ròng
đâu cần níu vịn những dòng vu vơ

chữ nghĩa tuy chẳng hững hờ
nhưng đâu cõng hết hồn vào hư không
chỉ là mươi phút bềnh bồng
lửng lơ giữa cõi mây lồng gió đưa

rồi thôi rớt xuống càng thừa
ê chề chán nản cũng vừa vun cao
thử bình tâm niệm nam mô
biết đâu giảm được hồ đồ hoang mang

08-12-2018

THÓI THƯỜNG

ở hiền chậm gặp lành
bởi thời vận chưa đến
tạo ác hanh thông nhanh
không chừng sẽ sớm tắt

khổ quá thường kêu trời
bày lễ vật cúng đất
nghi ngờ người với người
đã như là cố tật

may mắn còn đức tin
tín ngưỡng nuôi đạo lý
thương yêu từ trái tim
cải thiện đời hoàn mỹ.

THAM LAM

quê hương thứ hai của tôi
sẽ chiếm một nửa khoảng đời sống tôi?

được ba-mươi-ba năm rồi
còn mười-một năm nữa bằng thời ở quê

bốn-mươi-bốn năm chỉnh tề
chia đều cho mỗi nơi kê giường nằm
tổng cộng tám-mươi-tám năm
vượt ông cha quá bốn năm lận à?

bổn mạng tôi sẽ vượt qua?
hơi nghi sức khỏe của ta khó lòng
ngày mong ngày qua thong dong
ngồi không trừ cộng vui trong buồn buồn

định mỗi sáng sẽ thắp hương
bàn Phật cha mẹ bốn phương thánh thần
cầu xin suốt ngày bình tâm
đếm từng ngày một qua dần thọ tôi

căn bản nhất phải khỏe vui
có đông bè bạn nhiều người mến thương
đừng nằm một chỗ trên giường
hết mê nhan sắc + nhớ thương quê nhà

hôm nay mãi giống hôm qua
còn thèm ăn, còn muốn thiết tha sờ tình
mười ngày, nửa tháng rung rinh
ngọn thơ lục bát linh tinh viết đều

thời gian lạnh lùng bay vèo
vô thường đồng nghĩa bọt bèo phù du
mười-một năm đừng thiếu, dư
gắng cho đều một kiếp tôi nhẹ nhàng

được sinh ở cõi Việt Nam
Canada sẽ xóa xác phàm quá ngon
hai nơi không điều kiện chôn
mộ bia lưu được trên con chữ tình?

THƠ QUỲ TRƯỚC HOA

xem Quỳnh nở cảm khái
lắng lòng viết bài thơ
đúng là ta bắt chước
thú của người thanh cao

thương chữ nghĩa vừa viết
chân chất kể hồ đồ
dẫu lòng rung động thật
chẳng súc tích chút nào

thơ dù chọn từng chữ
cái vụng từ trong tâm
lộ rõ yếu tài đức
dù chân chất bình dân

xem Quỳnh xem Quỳnh nở
mắt nhìn lòng mơ màng
dụi thuốc nghe hương thoảng
hớp trà nuốt nồng nàn

linh hiển từ nách lá
tặng hồng trần nụ cười
không vang một âm động
tàn vội không dám vui

ta ngồi dựa thanh vắng
đêm sâu dần vào tâm
ngỡ như vừa đắc đạo
không Chúa Phật trong lòng

25.11.2018

NGUYÊN TRẠNG

thời trung niên háo thắng
ngông ngạo sống bất cần
đổ ra chút ít máu
coi nhẹ đời như không

chừ già khiêm nhường hẳn
đem mình ra tự trào
đường mòn của kẻ sĩ
chưa lấp được tự cao

PHẢN XẠ

lơ mơ thờ cúng ông bà
nhiều khi "mô Phật" thật là tà tâm
đôi lúc còn dám cầm nhầm
"Chúa tôi" một cách gọn bâng nhẹ nhàng

không hề biết bụng mình gian
lâu ngày bắt chước học sang quen lời
phản xạ khi trục trặc đời
cô đơn cô thế kêu trời cứu khan

nhiều khi em trách không oan
mang cả Thượng Đế Ngọc Hoàng làm bia
xấu tốt quen tật đều chia
còn mình vô tội chầu rìa vô can.

THỨC TỈNH TỪ "TỈNH THỨC" [1]

người truyền đạt đức tin
thỉnh thoảng ghé gõ cửa
tặng chút ít bực mình
để đôi khi thầm thẹn

thái độ tẻ nhạt ta
chưa phơi ra tâm xấu
nhưng đâu khó nhận ra
mầm kỳ thị ẩn náu

đạo nào cũng thanh cao
đâu riêng gì Phật giáo
tình thương yêu dồi dào
chân lý khởi từ đó

*

sáng nay đáng xấu hổ
ngồi trốn im trên lầu
khi biết người truyền đạo
đứng ngoài cửa hơi lâu

em e dè tiếp chuyện
đứng nghe lời chào mời
nhận quà tặng "Tỉnh Thức"
luyện thêm cách yêu đời

em vào, trao cuốn sách
đọc lướt những đề bài
nhiều điều hay ý quý
như đèn soi tương lai

*
sách hôm nay chuyên mục
"nỗi đau mất người thân"
chủ đề làm bối rối
dị đoan nên bần thần

ai chết tôi chưa biết
riêng tôi còn sống nhăn
"Kinh Thánh hứa sẽ có
ngày gặp người đã thăng"

bỗng hiểu ra, đơn giản
mọi người đều tình thân
và mỗi phút mỗi có
vài người bỏ phong trần

*
đứng lên nhìn tượng Phật
nhìn bầu trời xám mù
lòng rõ ràng ủ rũ
muốn tu không đi tu

giả dụ đời trăm tuổi
xài gần tám mươi rồi
đoạn còn lại ngắn quá
sợ ít buồn ngút trời

26-11-2018

----
(1) tên bản tin của một tôn giáo.

TƯƠNG QUAN

tôi mong sẽ được nói
mỗi ngày thật nhiều lần
với vỏn vẹn hai chữ
đầy tha thiết «cảm ơn»

và cũng mơ được nhận
ba chữ "không có chi"
thật nhẹ nhàng ấm áp
từ môi cười từ bi

không dễ được giao tiếp
thân thiện cùng mọi người
xã giao giữa xã hội
là ân huệ cuộc đời

ai cũng có tiếng nói
ai cũng có nụ cười
cần duyên có cơ hội
để chia sẻ buồn vui

chưa hề có cô độc
nhưng dễ dàng cô đơn
cuộc đời buồn biết mấy
trong ngày lòng trống trơn.

MÊ

mê là trạng thái trí suy
lúc khôn khi dại vốn tùy ngoại nhân
mê này là ngu toàn phần
khi thích một cái không cần đắn đo

loáng thoáng sợ cũng không lo
miễn đoạt được cái thơm tho vừa lòng
khó giải thích, tôi lòng vòng
nhưng tin ai cũng đã thông hiểu liền.

mê theo kiểu "thập tùy miên"
trong "não địa pháp đại phiền" là si
sáu thức chẳng có chút chi
để nhận thức cõi từ bi thế nào

không dám diễn dịch tào lao
triết lý lấp lánh như sao trên trời
mê là chưa thấu chuyện đời
dễ lầm lạc đúng chất người trần gian.

VÀO NƠI TÔN NGHIÊM

thưa cùng quý nương Việt Nam
mười người chẵn chục dung nhan tuyệt vời
hồn trong veo giọt sương trời
thanh cao hiền thục yêu đời thông minh
tấm lòng ăm ắp đức tin
lên chùa lễ Phật vào đình dâng hương

không dám nhắc khéo quý nương
cử chỉ trang phục sắc hương nhẹ nhàng
quý phái trong nét đoan trang
khi quỳ lúc lạy tâm an thân bình
tránh thả rông ngọn u minh
hay tinh nghịch lộ cõi tình chứa thơ

vóc hình khép mở phất phơ
mầm bệnh tội lỗi vẩn vơ bắt đầu
tiểu, sãi xuống tóc khỏi đầu
nhưng đâu xuống được nhiệm mầu gốc râu
hồn vía lỡ lạc đâu đâu
vài sát na đã tội sâu vô cùng

quý nương quyền phép mông lung
hướng Phật giữ lễ khiêm cung đi đầu
thập phương tín hữu trước sau
chung quanh ái ngại nhức đầu mắt hoa
có chăng ngoại trừ tôi ra
lóe lên một chút tà ma tắt liền

chùa, nhà thờ cõi linh thiêng
quý nương những đóa hoa hiền cổ thi
tăng trang nghiêm nơi gối quỳ
thành tâm xin được độ trì đức tin
tôi đầy cỏ rác bụi tình
đến đây cũng chỉ khép mình ngẫm thơ

vái thầm không nhẩm nam mô
hương thiêng liêng ngỡ thấm vào nội tâm
chợt thoáng thấy vài mỹ nhân
áo quần sành điệu mặc gần như không
điện thờ sân chùa mênh mông
đâu ai cấm xác hồng trần lênh đênh

kính mong quý nương đừng quên
thập phương tín hữu bốn bên nhìn vào
vẻ đẹp da thịt thanh cao
đúng nơi hợp chỗ mới ngào ngạt hương
gắng trân quý cái dễ thương
để đời tôn trọng bình thường tự nhiên

18-11-2018

SƯU TẬP

sống đời luôn vấp ngã
sẹo ẩn hiện thân hồn
vết thương nhiều cách chữa
qua những việc cỏn con

tôi thường hay lẩm cẩm
chữa thương bằng sưu tầm
dựa vào từng giai đoạn
lấp cô đơn nội tâm

từ sách vở tạp chí
qua băng dĩa thu âm
ảnh nghệ thuật họa phẩm
điện ảnh, cả phim dâm

bưu hoa cùng gọng ná
tiền cổ, thư bạn bè
mũ nón, xâu chìa khóa
họa mi, khướu, chích chòe...

tượng Phật tượng thần thánh
tượng thú vật sứ đồng
một thời cả lựu đạn
cũng đem chưng trong phòng

linh tinh không đánh giá
quan trọng kỷ vật nào
tất cả có hơi thở
thân tình tôi nhập vào

mê mỹ nhân nhiều lắm
có phải sưu tập người?
hình như đã vô lễ
sưu tập cả bạn tôi!

cảm ơn linh vật quý
đa dạng và có hồn
giúp tôi đã có được
một đời không trống trơn

26-11-2018

MỘT KIỂU NHẬP THẾ

nước nhà chưa động binh đao
nhưng từng thước đất dần vào ngoại bang
nhà sư không cởi nâu, vàng
cỗ mâm nhạt mặn? đạo tràng dung thân
nghĩ đến hạnh phúc nhân dân
sư vào quốc hội thả chân theo đời

thấm kinh nhiều, hiểu lẽ trời
phát ngôn ắt hẳn toàn lời chánh tâm
mừng thay thế giới gia cầm
có thêm đồng loại đủ tầm hót ca
"gà cậy vườn, chó cậy nhà" [1]
buông cây dùi xuống thấy ra anh hùng

ung dung diễn giải lung tung
nghìn năm thù bạn sống chung đề huề
phù du phân biệt chỉnh tề
còn trời còn đất còn quê hương mình
bị trị nhưng khỏi hy sinh
không cần khất thực, chồng kinh gối đầu

nước đàn anh đã quá giàu
nước đàn em há cùn râu tóc à?
tổ tiên phù phiếm chỉ là
những dòng chữ ngủ tà ma sử buồn
gặp thời có đảng dộng chuông
sư làm cách mạng phơi gương tuyệt vời

thơ như đùa, chẳng khơi khơi
chữ trong cuộc sống bày đời ra coi
con voi khác với con giòi
thiện tai mô Phật tôi lòi sân si

----
(1) từ tục ngữ "Chó cậy nhà, gà cậy vườn".

MỪNG

giữa chùa và nhà thổ
nơi tạm trú một thời
đã trực tiếp ảnh hưởng
tuổi niên thiếu của tôi

được nhìn thấy điện Phật
nghe chuông mõ ngân nga
ngấm mùi trầm nhang tỏa
lâng lâng hồn là là

từng dòm lén sắc diện
vóc dáng lượn thướt tha
nghe đôi lời khác lạ
mơ hồ chuyện trăng hoa

*

lạ kỳ xa nơi ấy
cảnh chùa dần nhạt nhòa
cảnh đời càng chung đụng
bổn thiện sớm phôi pha

thật mừng vẫn giữ được
đến nay một cái tâm
còn được mấy năm nữa
gắng không tạo lỗi lầm

23-11-2018

NHÂN QUẢ

không hề biết ngông ngạo
tôi, bản tính bình thường
trốn lính mãi thất nghiệp
đành trình diện mang gươm

tiếc thay không gươm kiếm
chỉ có cái dao găm
và cây súng thật nặng
nôm na gọi súng trường

bắt đầu học đi đứng
học cả cách xếp hàng
xong học bò học lết
học luôn cách ngụy trang

học địa hình, chiến thuật
học vũ khí, chỉ huy
học tâm lý, chính trị
học yêu thương, gan lì

lắp đạn khi bia xuống
bóp cò khi bia lên [1]
ngày tán cô bán quán
tối biên thơ hôn em

đã có bằng làm lính
tự chọn nghiệp hành quân
sức khỏe và các cái
lành mạnh giữ trong quần

lững thững ra mặt trận
tà tà ngắm quê hương
vài năm chỉ ba bận
có dịp lãnh chiến thương

tượng Phật Bà trên cổ ⁽²⁾
ai bảo không linh thiêng
đỡ cả ngàn viên đạn
cũng phải hụt vài viên

chuyện thánh Phật hư ảo
không phải ai cũng tin
tôi không lý giải được
những may mắn của mình

chết hụt rồi chết hụt
quanh tôi không thần linh
thỉnh thoảng sờ tượng Phật
bình yên qua gập ghình

nghiệm ra Ngài phù hộ
bổn mạng tôi bình yên
thân thể có sứt mẻ
chút xíu không đáng phiền

Phật che chở kẻ ác?
thưa không, tôi khá hiền
khi hét lệnh khai hỏa
mở đường vào bình yên

Phật "nghìn tai nghìn mắt"
bao la trái tim nhìn
Ngài dễ dàng quán triệt
cho thuận lẽ tự nhiên

tôi giữ đời riêng đẹp
không bởi nhờ tài riêng
kết quả luật nhân quả
"ở lành được gặp hiền"

chắc lành chưa đúng mức
nên ngã ngựa cái ào
khi về ôm cha khóc
người cười bảo không sao

còn một chân một khúc
khi hăm tám tuổi đời
không hận thù than oán
đứng bên lề, vẫn chơi

sống lâu chưa hết số
bốn mươi tám năm rồi
hôm nay nhận giấy nhắc
thơ thẩn chận bồi hồi.

19-12-2018

----
(1) chuyện về "bia" chỉ SVSQ | TĐ mới hiểu rõ.
(2) tượng nhỏ xíu này, tôi còn giữ đang treo trang trí trong xe dùng thường ngày.

NGẮM HOA NHỚ BẠN

(nghĩ đến Nguyễn Văn Bán mất hồi tháng 4-2018)

dễ chừng hơn ba năm
kể từ bạn đến thăm
chân giày lấm tuyết đọng
bụi tuyết vương râu cằm

loại xương-rồng-càng-cua
bạn đặt tên long tuyết
vài ba lá lưa thưa
bạn cho làm quà tặng

tôi sang chậu rộng hơn
nuôi những phiến lá non
như ngón tay con gái
ngỡ tỏa nhẹ hương thơm

đầu năm nay bạn đi
tro cốt về xứ cũ
nửa đời bạn quy y
tại gia ngồi ủ rũ

sống chết đã như nhau
kể từ ngày vong quốc
hồn xác chừ ở đâu
hết phân biệt còn mất

cây long tuyết bạn cho
chớm nụ đã nửa tháng
sáng nay mới thập thò
vài búp he hé nở

nhìn hoa nhớ đâu đâu
ngoài cửa phơi phới tuyết
bạn lảng vảng trong đầu
nụ cười hiện như thiệt

rời hoa đi thắp hương
khói thơm ôm tượng Phật
hóa ra là tôi buồn
"giật mình vì có tật"

tật ngại đông sợ tây
làm ma chắc cũng hay
nhất là ma vong quốc
được sống hoài trên mây

10-12-2018

NHẬT NGUYỆT

đêm trực diện đối nghịch ngày
đêm tối ngày sáng chuyện này đóng đinh
không dùng khoa học chứng minh
không cần rao giảng lộ trình ngày đêm

hồi nhỏ tôi sợ bóng đêm
người lớn hay dọa ma thèm trẻ con
đến thời nhú đám măng non
bắt đầu nằm mộng bồn chồn thích đêm

sau khi chững chạc chăn mền
làm một người lớn ngày đêm đề huề
nỗi sợ cùng với cái mê
đồng đều lẫn lộn cận kề cùng nhau

lên rừng đốn giặc đêm thâu
cầm canh lo thức bạc đầu như chơi
đêm về phố thật đã đời
thư giãn đúng nghĩa tuyệt vời du dương
mặt trận đụng trên chiếu giường
là những chạm súng dễ thương nhất đời

*

ngày đêm riêng với chính tôi
đại khái như thế nhiều hồi liền nhau
đêm ngày của bạn lâu mau
diễn tiến tuần tự trước sau khác nhiều?

bàn theo triết lý cao siêu
đêm âm ngày hẳn ngả chiều về dương
Phật không dạy thuyết âm dương?
Lão tử kinh dịch mở đường vân vi

những "thái cực sinh lưỡng nghi"
"tương sinh tương khắc" gì gì... bỏ qua

*

sáng nay chưa rượu không trà
thẳng lưng ngồi gõ tà tà vẩn vơ
bưng nhật nguyệt bỏ vào thơ
sáng tối pha trộn mù mờ khói sương

trích chơi tám chữ lót giường:
"cô âm bất trưởng cô dương bất thành"
chuyện này khỏi phải bàn quanh
của em không có của anh dễ gì!

đêm ngày nhật nguyệt uy nghi
trời trăng lãng mạn đôi khi nằm chồng
mây trắng phủ lớp chăn bông
che mắt ngưỡng mộ người trần vọng xem

21.11.2018

BA PHẢI?

Phật gần nhưng Chúa chẳng xa
tôi thờ kính hết cũng là đúng thôi
Chúa Phật có cũng vì người
và nhân gian có mặt tôi rõ ràng

gần tám mươi năm gian nan
tôi hình như đã đàng hoàng thành nhân?
Phật Chúa đâu chê phong trần
Quý Ngài chấp nhận hồn thân tôi là

Phật tử, Con Chiên tinh ma
ba liến bốn láu đều tha thứ rồi
hôm nay tuyết tạm ngừng rơi
ra treo đèn thắp sáng mời Chúa tôi

Giáng Sinh vốn của riêng người
Tin Lành Công Giáo nhưng tôi nhón lòng
theo quỳ xưng tội lưu vong
xin mai mốt còn núi sông để về

tôi và cựu thù đề huề
ôm nhau dưới Chúa Phật thề thương nhau
điều đơn sơ tôi nguyện cầu
ước mong bè bạn năm châu nguyện cùng

22-12-2018

CHỮ TÍN

ngũ thường tôi học từ đâu
Nho Khổng Phật dạy đã lâu kia mà
thử chọn chữ Tín ngẫm ra
tôi đã áp dụng tài hoa thế nào

tin người, chuyện dễ, không sao
người tin mình, giống nhìn sao trên trời
em cưng, xin tha lỗi tôi
thề yêu em, vội nuốt lời tỉnh bơ

hồ đồ chạy tội làm thơ
và em vẫn giỏi khù khờ giả lơ
chữ tín khi đã tầm phào
nhân, lễ, nghĩa, trí... đáng ngờ vực hơn

người gạt tôi hóa ra khôn
tôi phỉnh người chỉ hơi non thật thà
nghĩ cho cùng đời người ta
nghệ thuật gian dối cũng là thú vui.

5.07 sáng 12-12-2018

DUYÊN

biết khuya Quỳnh sẽ nở
bạn mời đến hưởng chung
ngắm hoa nhấm trà cúc
giữa solarium

lần đầu xem Quỳnh nở
hoa từ nách lá ra
chầm chậm từng chút một
bỗng nhiên bừng nở òa

*

một đời mê hoa dại
chuyển hướng mộ hoa sang
dành dụm thỉnh một chậu
vuốt ve hơn trang hoàng

chưng hoa cửa kính rộng
tiếp thu ánh sáng trời
đêm chong đèn thay nắng
giữ ấm như lòng nôi

đất phân đúng tiêu chuẩn
nuôi Quỳnh già ba năm
cành lá xanh mướt rượt
chậu sứ men màu trầm

nâng niu chùi phiến lá
mang chân tướng xương rồng
chờ đợi đêm tịch mịch
khuya lãng mạn trao bông

trông hoài em yêu dấu
vẫn chưa chịu phải lòng
bạn xin, lòng bịn rịn
nàng bảo tặng cho xong

*
Quỳnh về nhà người lạ
vài tuần sau trổ bông
ngồi xem nuốt buồn bã
ngẫm thầm điều có không

chữ Duyên của nhà Phật
xem chừng sát cạnh đời
nhớ Quỳnh vui tay lễ
gởi Quỳnh Như một thời.

25.11.2018

SINH TỬ ĐỊA

chờ nắng chiều xuống núi
chấm tọa độ đóng quân
kéo rê ngọn bút mở
bâng khuâng thành lừng khừng

rộng một vùng cây lá
biết đâu nằm ấm lưng
chừ mặt mũi địa giới
lát nữa lòng âm cung?

đất này không xôi đậu
xứ du kích lạnh lùng
"cắc cùm" đôi ba tiếng
đủ thấy đời cáo chung

đắn đo nhìn bụi cỏ
mắt ngó lòng đoán chừng
vạn vật hiền lành quá
cảnh sắc đẹp vô cùng

từ sống chuyển sang chết
đời xem nhẹ vô thường
còn tôi xem quá nặng
cần sống giữ quê hương

nghĩ thật nói thành phét
sợ chết chỉ một phần
chúng tôi con Chúa Phật
hơi khác người vô thần

thật ra phía quân địch
cũng toàn người có tâm
khác nhau ở chủ nghĩa
thuộc dưới quyền ác nhân

sống chết còn tùy số
khoanh bản đồ một vòng
gọi báo cáo điểm thức
ngó đêm chờ mạng vong.

ở siêu thị Anjou Montréal 23.11.2018

ĐẠO TÔI

nhớ thời "nhất quỷ nhì ma..."
bạn bè thường hỏi nhau sa đạo gì?
nhiều thằng bợm trợn chai lì
phán ngay đạo dụ, không tùy công văn

vốn nho nhã tôi thưa rằng
thích tu ở cõi gió trăng bãi cồn
gần gần như "Bà La Môn"
mơ hồ khoái đạo độc tôn độc quyền

tín hữu phái nữ ưu tiên
dành cho nhan sắc có duyên mượt mà
đạo không từ gốc chà và
căn bản thờ cúng cỏ hoa đứng đầu

khỏi xuống tóc được để râu
dù chỉ lún phún ngọn sầu vu vơ
miễn là có đượm chất thơ
yêu em chữ dựng tượng thờ nghiêm minh

đạo tôi theo đậm chữ tình
ngoài tình trai gái linh tinh tình người
ảnh hưởng Phật Khổng tinh khôi
Lão Trang đều có phà hơi thở vào

...

cái thời học trò ồn ào
nay còn lưu lại những nao nao buồn
đạo tôi học ở nhà trường
xã hội thu hẹp yêu thương đậm đà

thầy cô nghiêm khắc nhưng mà
bọn tôi xếp loại thứ ba vẫn thành
nhân sĩ một cách ngon lành
đa phần rạng rỡ công danh đàng hoàng

dù bắt đầu rất nghịch hoang
thôi không kể nữa, sắp an kiếp rồi
trả lời câu hỏi một thời
thật tình chưa thấu đạo tôi rõ ràng...

28-11-2018

HẸN

sau lưng nhà chân núi
trước sân nhà mặt rừng
điểm đứng tôi tọa độ
lưng chừng giữa không trung

buổi sáng nhai củ sắn
ngửa bụng ngó trần nhà
quan sát một con rắn
phục kích chuột trên sà

con rắn-rồng lành tính
nằm mệt chui ra rồi
bên ngoài cái lỗ đĩ ⁽¹⁾
lấp lánh ánh sáng trời

tâm bình thân không động
cũng mỏi cái lưng trần
ngồi lên không mặc áo
lững thững đi ra sân

...
ấu thơ ngày qua vậy
khác dần nhiều năm sau
buồn vui thời gian đầy
da thịt đầy tuổi mau

ngẫm nghĩ không xuống tóc
nhưng hình như đã tu
nhẫn nhục và chịu đựng
đâu khác gì nhà sư

bây giờ tháng ngày cuối
gắng âm thầm chịu đau
chờ đợi chết lặng lẽ
hẹn chơi tiếp kiếp sau

12.44 AM, 19-11-2016

----
(1) còn được gọi là khu đĩ, là chỗ tiếp giáp hai đầu hồi có hình tam giác của một ngôi nhà tranh hoặc ngói.

PHÁP DANH

chưa quy y, thọ giới
lấy gì có pháp danh
không cư sĩ, đạo hữu
chẳng lẽ thiếu tâm lành ?

và dẫu chưa tạ thế
mạn phép đặt pháp danh
tự chọn một tên gọi
đợi tang lễ cung hành

chấm hai chữ Chân Giả
sát thật với bản thân
phảng phất mùi triết học
lẫn lộn chuyện phong trần

không nhọc công tra cứu
tài liệu của Phật môn
Kim Quang Minh Tam Tự (1)
để thỉnh chữ có hồn

danh Chân Giả tôi chọn
nằm ngoài những Chân Tâm
Chân Văn hay Chân Tín
Chân Sinh hoặc Chân Nhân

và nhiều danh Chân khác
cốt lõi của cuộc đời
của bản thân, sự việc
mở mọi cửa luân hồi

chẳng mấy ai dám chọn
pháp danh bảnh như tôi
âu cũng là số phận
trong một kiếp làm người.

----
(1) tên sách thường được dùng để chọn chữ đặt pháp danh.

THẦN THÁNH

thật lòng chẳng dám dở hơi
tôi quen thần thánh từ hồi ấu thơ
quen rồi thân khá bất ngờ
những ông thần thánh được thờ miễu am
những ông ngồi ở đình làng
bằng đất bằng gỗ đồng vàng vô tri

số là tôi lúc thiếu nhi
đúng năm tuổi đã được đi giang hồ
chưa hiểu chạy giặc là sao
dù phải bỏ xứ thành đô phiêu bồng
trèo đèo lội suối sang sông
trên lưng trong thúng lưu vong tà tà

Quế Sơn Trung Phước ghé qua
vài ngày phơi nắng thơm da thịt tình
rồi đi tùy hứng lộ trình
tôi và cha bất thình lình dừng chân
mây trên đầu hạ xuống gần
cõi Tiên Phước mở lòng trân trọng mời

thế là tôi được nằm ngồi
trong đình trong miếu thảnh thơi nhiều ngày
trẻ con thường tinh nghịch tay
tôi không quên vuốt râu mày mấy ông
được thờ trên bệ trống không
tò vò mạng nhện nương thân đề huề

mấy thần thánh này rất mê
bàn tay phủi bụi vân vê các ngài
thân tình chẳng dễ nhạt phai
dù chừ tình bạn chia hai ba đường
tạ ơn các vị đã thương
chở che sức khỏe tôi bình thường luôn

bốn lần dính đạn bị thương
bốn mạng vẫn tạm ung dung sống đời
biết ăn và cũng biết chơi
đúng theo cốt cách con người từ tâm
biết chừng đâu tôi cũng thần
cũng thánh rất mực bình dân giữa đời.

CHÁNH QUẢ TÔI

không niệm Phật chẳng ăn chay
ngày ngày tìm ngắm gió bay áo dài
ngó em từ gót mang hài
vẩn vơ lên ống quyển đài các cao

nằm đêm gối giấc chiêm bao
tương tư thơ thẩn lạc vào hồn kinh
lòng trong veo khối thủy tinh
là là cùng gió mây mênh mông trời

tịnh tu một cõi riêng đời
vui đạt chánh quả một người có tâm
sứ mệnh gieo giống tỉa mầm
chẳng chi sai trái lỗi lầm yêu em.

NHỚ MỘT ĐÊM PHỤC KÍCH

một đêm kích, nằm lòng mương
lo lo sợ sợ rồi dường ngủ mê
vườn hoang đồng trống bốn bề
đêm sâu u tịch ma về quỉ ra

trăm tiếng côn trùng thiết tha
điệu ân ái điệu xót xa lụy tình
hòa chung cùng nhịp tim mình
nghe ra vạn vật hữu sinh đồng thời

một tiếng súng nổ khơi khơi
phá tan tịch mịch chốc rồi lặng yên
tay trên cò súng, lòng thiền
tên binh sĩ hóa bụt hiền khô mong

đừng có ai hiện trước nòng
buộc người nhân ái vào vòng sát sinh
tội ác thường rất vô tình
niệm thầm Phật độ đêm bình yên qua.

NẰM TRONG HỒI ỨC

một thời trông tận mắt
ảnh tượng Phật ra đường
ngồi thúc thủ bị động
tùy môn đồ chủ trương

tôi thật sự chưa hiểu
con người đời vô thường
nhưng bất ngờ ngộ được
ý, động thiếu thiện lương

mong rằng vì thúc bách
chiến thuật đến cùng đường
nảy ra cái chiến lược
làm mất đi nhiều dễ thương.

MỘT CÁCH TU

còn chưa dám xuống tóc
mơ mộng gì qui y
chưa dám làm Phật tử
nghĩ gì đến sa di

lượng tâm mình tự biết
tu hành khó vô cùng
cộng thêm những luyến tiếc
thói hư đời bao dung

đành tu kiểu mường tượng
đọc kinh qua miệng người
xem tiểu sử chư Phật
hết lòng cung kính thôi.

ÁO CHÙA

chùa tặng em áo lam
em mặc hơi quá khổ
ta thân thể bất phàm
thử mặc chụp tấm ảnh

"áo chưa là thầy tu" (*)
nhưng đã hơi đạo mạo
thiện ác lòng lu bù
khó biết thật hay xạo

*"theo bụt mặc cà sa
theo ma mặc áo giấy"* (*)
ta cởi áo lam ra
theo em thú biết mấy

ít nhất mơ hôn ai
cũng thấy mình nhẹ tội
hỡi sư sãi quí ngài
thương cà sa giùm với!

(*) tục ngữ VN.

CHỜ

quyết tâm khước từ tuổi già
sẵn sàng đón nhận ngã ra chết liền
còn thở tôi tiếp tục ghiền
đầy đủ tứ khoái tự nhiên con người

nỗi buồn có thật trong tôi
là nỗi tiếc nhớ cái nơi muốn về
để đắp thi thể chỉnh tề
tấm bia mộc mạc có đề tên tôi

nằm ngửa mà không thấy trời
chỉ cảm nhận được hơi người thân quen
biết rõ cỏ cây bon chen
đua nhau vây kín mặt bằng mộ xanh

thịt xương biến dạng tan tành
tôi không là đất mà thành hư vô
kể từ hôm nay tôi chờ
ngày qua cửa khẩu hai bờ tử sinh

tiếng chuông mõ đưa vong linh
hồn tôi nương Phật lênh đênh mây trời.

TỚI

mất một bàn chân bước
đi mãi chưa đến đâu
luôn luôn khởi hành trước
vẫn nhọc nhằn về sau

tóc dày không thấy rụng
sống lâu tóc càng thưa
thời gian đè lòng úng
bộc phát lời chanh chua

mộng theo hầu Bồ Tát
ngần ngại lười tịnh tu
nghe kinh như nghe sấm
nhìn kinh tự tù mù

kính Phật lòng có Phật
hình như đã tu rồi
hình như chừ đã tới
được khoảnh trống chân trời.

MỖI SỚM MAI

mai sớm trà thơm khói tỏa xanh
đắng môi qua cổ vị thanh thanh
tỉnh táo nhìn chừng đôi mắt Phật
lim dim ngộ được một ngày lành.

SÁM HỐI

thân bèo bọt đời con vô số tội
kể từ khi môi chín chắn khóc cười
đẩy mình qua từng chặng lót buồn vui
biết lỗi quấy cũng vỗ lòng nheo mắt

là đứa con từng lắm lần nghịch tặc
là người em từng ngổ ngáo cứng đầu
là thằng bạn lắm lúc ngại vai nhau
là chồng, cha đôi khi còn vớ vẩn

với bản thân thường lơ là lẩm cẩm
buông xuôi, mơ hồ dân tộc quê hương
lắm hồ nghi thiếu thực tế, khiêm nhường
chuyện từ thiện lòng vòng trong ái ngại

điểm danh lỗi lầm dông dài kể mãi
cũng khó xong bởi đến phút lìa đời
những đa đoan càng chồng chất cái tôi
háo sắc, háo danh, luôn luôn vượt trội

để sám hối đương nhiên cần xưng tội
khai lằng nhằng đã chân thật chưa đây
cơ hồ như con tiếp tục sa lầy
bi trí dũng chân sen chưa thoát đất

thừa cung kính vẫn mơ hồ hương Phật
chưa hiểu vì sao âm điệu chuông buồn
nhịp mõ trầm như tiếng nấc muôn phương
lắng lòng mãi chưa thấu đường kinh kệ

ngọn đèn chong tận phổi tim thân thể
của riêng con đã sắp sửa tàn rồi
vẫn chưa qui, một chân đứng khơi khơi
lòng rúng động khi viết lời sám hối

tội thêm tội con không hề dám chối
nhận từ bi hỷ xả Phật ban cho
sống tự nhiên lẫn thỉnh thoảng giả đò
gắng thực hiện triết Hồi Đầu Thị Ngạn

tạ Chí Tôn cho đời con ánh sáng
vịn trên đường qua hết cõi nhân giam
con, một người có lắm lòng tham
và tham nhất thương yêu trong cuộc sống

ghiền nghe kinh bởi vì mê tiếng Phật
được gọi lên tha thiết ấm không gian
tục lụy đời trong khoảnh khắc nhẹ nhàng
chẳng hiểu được tội mình tăng hay giảm

lời sám hối chân tình con vô hạn...

THIỀN NGỒI

gỗ dính liền ống chân
ngồi xếp bằng không được
nhắm mắt thiền, chú tâm
chợt tiếc thời lả lướt

càng tĩnh càng động tâm
không thể tập trung được
càng nghe hơi thở mình
càng thấy đời đang bước

đối diện em cũng thiền
trầm ngâm như thánh tượng
hai đôi mắt nhắm nghiền
có biết ta vọng tưởng?

thủ ấn nắm điều gì
có định và có quán
hòa nhập hay phân ly
cùng cảnh quang hữu hạn

dòng chảy tâm trí em
thong dong sâu thăm thẳm
thân thể quá cân bằng
hồn vía hết căng thẳng?

hình như ta thấy ta
nhập vào em tọa vị
bỏ được chút thoáng qua
phất phơ trên tà nhụy.

THÚ TỘI

mỗi ngày nguyện thắp một cây hương
chuyện giản dị thôi cũng thất thường
khi thì lười biếng khi quên lửng
khi lạc hộp diêm rồi lơ luôn!

Phật Tổ Quan Âm im hồn tượng
Ông Bà Cha Mẹ lặng trong gương
Thần Tài Thổ Địa phơi mặt bụi
gia đình Nhà Táo ẩn sau tường

đâu có ai mong ta thờ cúng
sợ lạnh cửa nhà bày đặt ra
cô đơn nương tựa vào Thánh Phật
buồn, nhớ vịn vào tranh, lá, hoa

mới đầu mọi sự đều nghiêm túc
cung kính mến thương rất đậm đà
thật sự trong lòng không thay đổi
nhiệt tâm thực hiện nhạt dần dà

quả thật ai không ưa hình thức
có ai không quí thú gia đình
thờ cúng, trang hoàng là trọng điểm
nói lên tha thiết tấm chân tình

lỡ ít thắp hương lười phủi bụi
Phật cười Cha Mẹ cũng cười theo
tranh, ảnh bao dung hoa, lá tốt
cùng vui theo sức khỏe bọt bèo

cảm ơn ta vẫn còn đầy đủ
tánh xấu tật hư khá dễ thương
gắng bước theo đời mươi năm nữa
sẽ dâng thân đốt thay trầm hương.

NGỌC CHÂU
Hồ Đình Nghiêm

Gia đình tôi theo đạo (nếu có thể xem đó là đạo) thờ cúng ông bà. Góc khuất trong nhà, khuất nhưng cao ráo sạch sẽ nhất, đặt để một cái bàn khá lớn dùng chưng ảnh những người đã khuất núi, bày biện hoa quả lễ vật nhang đèn có màn che bên ngoài. Đã là nơi dùng làm chỗ thờ phụng thì tự khắc giang sơn nhỏ bé kia vẫn toát ra được chút trang nghiêm, ai bước tới thảy kính cẩn cúi đầu, vụng dại tỏ bày thành tâm, lâm râm chừng như muốn sám hối một điều gì.

Tôi nghĩ những ai thờ cúng ông bà, không nhiều thì ít, họ có hấp thụ đôi điều cơ bản về triết thuyết Phật giáo. Từ nhà họ đến chùa, lối đi ngắn hơn so với những kẻ vô thần. Nếu muốn chứng nghiệm nỗi đau để tìm cách giải thoát, chỉ bảy bước họ có thể chuyển đổi cảnh giới để làm Tỳ Khưu (Bhiksu), là người phát nguyện tu hành, xuất gia theo giới luật của Phật. Đắc đạo hay không lại là chuyện khác. Đổ thừa cho phận mỏng, chẳng có căn tu. Tôi nhớ Bùi Giáng có hai câu, lạm bàn sự lầm lạc nọ:

tôi về nhà cửa sương thâu
bước đi mà chẳng thấy đâu con đường.

Lại có bốn câu khác, đọc lên là biết ngay do Trung niên Thi sĩ làm ra:

Phật ngồi dưới gốc bồ đề
Tiên nương dừng bước tóc thề chấm vai
Thưa rằng: "Phật thật là tài
Thấy mà như chẳng, tự ngoài vào trong."

Nói tới Phật, buộc phải nghĩ tới Tây Tạng, xứ cheo leo trầm lắng với độ cao khắc nghiệt nọ, từ 1960 họ đã xây dựng hơn 6000 ngôi chùa, hơn hai trăm tu viện chất đầy kinh sách hiếm quý. Thử nghe một bài ca của dân du mục hát, cũng đủ chứng nghiệm ra đôi điều (mượn tư liệu từ cuốn Hoa Sen Trên Tuyết do Nguyên Phong phóng tác. Nxb Văn Nghệ, Cali. 1990):

tôi không tìm thấy người yêu
tôi đã cất công dọ kiếm khắp nơi
tôi lên núi tuyết, tôi xuống lũng sâu
tôi đi từ Đông qua Tây
từ Nam lên phương Bắc
tôi tìm kiếm... tôi kiếm tìm...
rốt cuộc tôi thấy
người tôi yêu đang ở
ngay trong xó bếp.

Họ thôi hát. Họ đọc một câu chú quen thuộc mà đã là người Tây Tạng thì dường như ai cũng biết: "Om Mani Padme Hum".

Người Việt thì có vô số chữ chứa đầy thơm thảo: Duyên, Rằm, Nhập Thể, Buông Bỏ, Cà Sa, Từ Bi, Tràng Hạt, Bình Bát, Từ Thiện, Bồ Đề, Hoa Sen, La Hán... Bao nhiêu đó chừng cũng chưa vừa cho một người vừa viết nên ngàn trang thơ mang đủ Phật tánh. Một thi sĩ từng kể cho "chúng sinh" nghe về đề tài chiến tranh, về hòa bình, về ngàn lẻ một con đường tình, về Ngơ Ngác Cõi Người, về đời ngập chìm trong bể khổ... và giờ đây, với từ tâm, anh dắt tôi tới chốn an trú bình yên nhất, Nam Mô A Di Đà Phật! Anh trao vào lòng sân si tôi những hình ảnh dễ thương, ví như:

Không dám mời Phật vào thơ
nhưng chắc Ngài đến đang sờ đầu tôi.

Anh là ai? Dạ thưa, tôi đang nói đến nhà thơ Luân Hoán. Hồi nhỏ nhà thơ được mẹ cho đeo lá bùa ở cổ, qua bao loạn lạc giờ này thế chỗ bằng tượng Phật ngọc xanh. Nhà thơ tâm sự, rằng vấp hồ đồ và dễ nói ngọng khi dùng chữ nghĩa mang hơi hám Phật. Nhà thơ chỉ hiểu lờ mờ tới những rao giảng của kinh sách, biết chung chung rồi tự trào "thế cũng đủ tự cứu mình".

đôi khi tôi rất ba hoa
nhưng xảo ngôn ấy thật thà lòng tôi.

Với thật thà dùng làm kim chỉ nam, nên thi tập sắp ra đời mang tên Liên Hoa Thi biến thành một bài kệ dài dung dị, dễ hấp thụ. Trang sách sẽ mở ra, tụng nó mà chẳng cần nương vào tiếng mõ hồi chuông. Thi sĩ tự lập ra một am tự bằng vào những con chữ hiền hòa thường gặp trong cuộc sống. Do từng được Phật sờ đầu nên thi sĩ quay lưng với những rao giảng cao xa tối nghĩa. Thơ như trốn trong bình bát, đầy tràn vì "khất thực" đã lâu trên cuộc lữ, lời trải theo chân đi bình thản, khác hẳn cảnh giới mà Tuệ Sỹ từng trăn trở vẽ nên:

"Đá mòn phơi nẻo tà dương
Nằm nghe con nước khóc chừng cuộc chơi".

Khác, do bởi Luân Hoán chưa từng bước lên những bậc thềm của thiền viện. Nhà thơ cũng chỉ là người riêng biết "thờ cúng ông bà" giống như tôi. Nhà thơ luôn đè nén tiếng khóc khi đứng bên cuộc chơi sắp tràn bóng tà dương. Tôi mến lời thơ thật thà kèm theo chút lạc quan của thi sĩ, an tâm khi chung hưởng với mộc mạc, hít thở được hương sen để nghe tâm tịnh đôi phần. Từ nhà tôi đến chùa, dọc đường được thi sĩ Luân Hoán đã đưa tay dẫn dắt, cho quá giang. Tôi u mê ám chướng trước câu nói của Lão Tử: "Người sáng suốt nghe đạo thì gắng sức mà thi hành, người bình thường nghe đạo thì nửa tin nửa ngờ, người tăm tối nghe đạo thì cười rộ. Nếu không cười thì đạo đâu còn là đạo nữa". Qua tới nhà thơ Luân Hoán, anh cho hay:

Riêng tôi tu đạo biết cười
Và cũng biết khóc tùy thời khắc riêng.

Đạo đó, với tôi e dễ tu tập, dễ thành "chánh quả", để ăn nằm qua vài đêm sẽ bỏ sa mù mà đắc đạo sáu phần. Tiêu biểu một vài lời kinh lạ:

đi tu không phải xa đời
mà mang cái đạo vào đời sâu hơn
...

*ngã lòng nhiều lúc bon chen
xách thân bụi đất mon men cửa chùa
...
em nào còn tính ham chơi
muốn tu cứ ghé cùng ngồi viết kinh.*

Muốn viết kinh liền lạc, có nên tập cho em đó ngồi xếp bằng trên bồ đoàn mà ngó lá rụng? Ngoài động từ rụng, thông báo việc lìa đời, nhà thơ Luân Hoán giải thích cho "em ham chơi" biết rằng:

*lá rơi khác với lá bay
lá rơi chao đảo lăn quay rớt liền
...
lá rơi rụng một cái vèo
lá bay thong thả gắng gieo nỗi buồn*

*tôi khi hoàn tất vai tuồng
rơi bay quả thật chưa tường ra sao.*

Đọc qua một vài bài bàn sơ chuyện vô thường của khổ nạn rơi, rời, bay, rụng; không dưng tôi lại nhớ đến thơ Bùi Giáng:

*Cõi đời con én đưa thoi
Buồn rầu tôi định ra ngoài trăm năm
Bỏ vui gượng bỏ đau ngầm
Bỏ tình yêu bỏ điệu vần ngữ ngôn
Tuy nhiên tận đáy linh hồn
Tưởng chừng chẳng bỏ bồn chồn được tim.*

Đời và đạo, suy ra chỉ là hai mặt của một hình tướng bất di bất dịch, muốn tách rời làm đôi, tùy thuộc vào nhân duyên của mỗi người. Liên Hoa Thi là một trong muôn ngàn cách tỏ bày bằng thơ ca khi nhà thơ vọng tưởng về điều khó bề dứt bỏ giữa cõi hồng trần này. Trang bị một lòng thành, không rõ có nghe ra lòng thôi vẩn đục? Đơn cử một bài, với giọng kể đặc thù của riêng nhà thơ, bài Đạo Tôi:

nhớ thời "nhất quỷ nhì ma…"
bạn bè thường hỏi nhau sa đạo gì?
nhiều thằng bợm trợn chai lì
phán ngay đạo dụ, không tùy công văn

vốn nho nhã tôi thưa rằng
thích tu ở cõi gió trăng bãi cồn
gần gần như "Bà La Môn"
mơ hồ khoái đạo độc tôn độc quyền

tín hữu phái nữ ưu tiên
dành cho nhan sắc có duyên mượt mà
đạo không từ gốc chà và
căn bản thờ cúng cỏ hoa đứng đầu

khỏi xuống tóc được để râu
dù chỉ lún phún ngọn sầu vu vơ
miễn là có đượm chất thơ
yêu em chữ dựng tượng thờ nghiêm minh

đạo tôi theo đậm chữ tình
ngoài tình trai gái linh tinh tình người
ảnh hưởng Phật Khổng tinh khôi
Lão Trang đều có phà hơi thở vào

cái thời học trò ồn ào
nay còn lưu lại những nao nao buồn

*đạo tôi học ở nhà trường
xã hội thu hẹp yêu thương đậm đà*

*thầy cô nghiêm khắc nhưng mà
bọn tôi xếp loại thứ ba vẫn thành
nhân sĩ một cách ngon lành
đa phần rạng rỡ công danh đàng hoàng*

*dù bắt đầu rất nghịch hoang
thôi không kể nữa, sắp an kiếp rồi
trả lời câu hỏi một thời
thật tình chưa thấu đạo tôi rõ ràng...*

Trong tập Liên Hoa Thi, nhà thơ sử dụng nhiều giọng kể mà hầu hết đều cố tránh chất u hoài, gạn bỏ phiền muộn. Có bài thơ 5 chữ Mười "Chín" Vị La Hán xem chừng là dài hơi nhất. Nhưng theo cảm nhận của đứa tăm tối mãi lần khân trước sân chùa như tôi, trong một sát na tôi đã đối diện với "thần sầu quỷ khóc" khi vấp phải bài Màu Hoa Vu Lan Chợt Gặp. Thần sầu quỷ khóc chỉ là cách nói đầy ước lệ, thực ra tôi đang quỳ gối:

*mãn phần, mẹ mất thật chăng?
không đâu, mẹ lặn theo trăng trên trời
tròn sáu mươi năm cuộc đời
tôi sống thiếu vắng bóng người sinh tôi*

*mênh mông trong nỗi ngậm ngùi
tôi lẩn tránh chỗ lắm người cài hoa
lòng cầm không nổi xót xa
chừng như mỗi bước đều là chiêm bao*

tôi đi đến những nơi nào
tiếng chuông chùa mãi nao nao chạm lòng
phảng phất hình bóng hoa hồng
hiện cùng giọng hát tay bồng ru tôi

dụi mắt xốn xang nụ cười
trán non nớt ấm hương môi mẹ hiền
tay thơm mùi sữa hồn nhiên
tôi sờ má mẹ như ghiền đã lâu

rõ ràng đã biết gì đâu
kính yêu lòng đã ăn sâu khi nào
vượt qua đầu đạn mũi dao
cũng nhờ có mẹ luôn bao che mình

người mất càng thêm hiển linh
suy nghiệm theo những sự tình chính tôi
càng tin mẹ vẫn trong đời
khi tôi còn được làm người thế gian

và hoa cho lễ vu lan
không chỉ hồng trắng trang hoàng áo ai
tôi nghe thoảng tiếng thở dài
tiếng cười khe khẽ hoa cài áo em

tôi chợt có hoa không tên
nở từ thương nhớ ngày đêm thơm lừng
khó ca ngợi nỗi mông lung
với hư ảo với vô cùng linh thiêng

cha là thánh mẹ là tiên
nôm na chỉ vậy tùy duyên mỗi người

bước tôi bất chợt thảnh thơi
về đến nhà xếp bằng ngồi bình tâm.
(Vu Lan năm Mậu Tuất 2018.)

Tựa đề bài viết tôi dùng chữ Ngọc Châu. Tên gọi đó thường được các cửa hiệu chuyên bán kim cương, ngọc quý, vàng bạc dùng cầu chứng môn bài, rất mực ăn khớp. Tuy nhiên từ xa xưa cũng có một nhà thơ đã mượn lấy, làm nhan bài "Những hàng châu ngọc" khi cất công sưu tập, ca ngợi tới những vần thơ tuyệt cú. Cũng xẩy ra trường hợp có kẻ đọc kinh không thông, khi lãnh hội ra, họ ví cái sự "hiểu" nọ là nhờ vào phút linh cầu sáng ánh ngọc soi. Và sau hết, Ngọc Châu cũng là tên thật của nhà thơ Luân Hoán.

Chú thích: Tôi chưa kiểm chứng được độ dày mà Liên Hoa Thi mang, bởi thi tập sắp hoàn tất việc in ấn này chứa đựng rất nhiều bài liên quan tới chủ đề (Phật ở đâu xa? Phật ở ngay tâm mình). Tôi cũng không biết là bài tôi "vụng tu" có được nhà thơ Luân Hoán sắp cho nằm chung trong cõi thơm ngát hương sen, bài kệ nhập môn sâu lắng nhưng dung dị cho những ai, như tôi, tìm học lấy sự tử tế cuối đời. Cảm ơn anh Ngọc Châu, thi sĩ Luân Hoán.

Hồ Đình Nghiêm
17 tháng 2, 2019

VÀI CẢM NGHĨ KHI ĐỌC LIÊN HOA THI

Trần Thị Nguyệt Mai

"Liên Hoa Thi" là tập thơ mới nhất của thi sĩ Luân Hoán mà tôi được đọc. Trước nay hình như anh chỉ "chuyên trị" thơ tình. Nhưng tập thơ này đặc biệt viết cho đạo, theo tôi, đó là Đạo Làm Người, với cảm nhận của một người lương giáo thờ kính Ông Bà như tác giả đã đề cập trong Lời Đầu Tập:

Liên Hoa Thi, gồm những bài viết có chủ đề thiên về tín ngưỡng, nhưng chỉ là những bày tỏ những cảm nhận riêng, không đủ sức cũng như không là mục đích đề cao một đức tin nào. Nội dung thi phẩm này không khác hơn tự sự tâm linh. Không triết không thiền.

Những bài thơ giản dị, hiền hòa, mang tâm lành của anh chia sẻ cùng mọi người, ray rứt giữa cái thiện và cái ác, như việc anh đã giết một con rắn lục khi hành quân ở vùng núi Văn Bâng, Quảng Ngãi, ngày nào:

nhớ thời lận súng hành quân
một trưa đóng chốt đỉnh rừng Văn Bâng
nắng gắt nung nám phong trần
rúc vào mé bụi nương thân lá cành

mươi phút... giật mình, lạnh tanh
một con rắc lục nằm khoanh gần đầu
phản ứng ngốc nghếch gì đâu
lăn ra nổ súng để rồi buồn tênh

đêm nằm áí ngại cả đêm
giết con rắn độc, khó quên tội mình
rắn ơi mày chết thình lình
trong khi mơ giấc mộng tình, biết đâu?

hồn mày linh hiển về đâu
tha giùm cho cái tội tau hồ đồ
chết vì tiếng "độc" rêu rao
bởi bản án miệng vận vào nghiệp suông

hơn năm mươi năm vẫn buồn
giết oan con rắn không gây thương mình
thổi hồn mong chữ hiển linh
siêu độ thay một tràng kinh thật lòng

(Nhớ con rắn lục ở núi Văn Bâng Quảng Ngãi)

Sau bao nhiêu năm, anh cứ mãi ám ảnh với chuyện buồn đó, bâng khuâng tự hỏi:

giết một con rắn độc
là làm một điều lành?

*trừ được mối hiểm họa
xảy đến cho chúng sanh!*

*sao ta ám ảnh mãi
về rắn núi Văn Bâng
thường nhớ cụ Nguyễn Trãi
giọt máu thấm ba trang*

*lờ mờ thuyết nhân quả
báo ứng trong cuộc đời
mỗi cử động là nghiệp
vay trả kiếp luân hồi?*

*Phật dạy báo là quả
nghiệp của quả từ nhân
thiện ác thường lẫn lộn
thật không dễ tránh lầm*

*con rắn mang mọc độc
là do trời sinh ra
bản chất nó vốn thiện
đâu có tấn công ta
...
tội lỗi tôi giết rắn
đã rành rành mười mươi
xin sám hối lần nữa
rắn đầu thai làm người*

(Ám ảnh)

Tác giả đã *"Nuôi cây 'giác ngộ'"* hay cũng là nuôi tâm giác ngộ từng ngày:

bây giờ trời vào mùa hạ
cây bồ đề xanh mượt mà
nhẹ tay sang ra chậu lớn
mơ cây sớm ngày trổ hoa

ước mơ ngây thơ lặng lẽ
cùng với tuổi già dần qua
rửa tay nâng niu từng lá
trân trọng chan lòng thiết tha

chợt nhớ một người đắc đạo
trở thành Phật Tổ Thích Ca
lúc ấy trên cây hoa nở
hay chỉ hào quang chan hòa?
...
bồ đề tôi nuôi xanh lá
tôi thờ Phật ngự tại gia
đạo-tràng-lòng-tôi hẹp quá
Phật xoa đầu tôi cười xòa!

(Nuôi cây "giác ngộ")

Tìm Phật ở đâu?

Phật ở ngay trong nhà, chính là hai Đấng Sinh Thành.

Lại nhớ những câu ca dao Việt Nam từ ngàn xưa mà ai cũng thuộc nằm lòng:

Công cha như núi Thái Sơn
Nghĩa mẹ như nước trong nguồn chảy ra
Một lòng thờ mẹ kính cha
Cho tròn chữ hiếu mới là đạo con

Đức Phật cũng đã dạy: "Tâm hiếu là tâm Phật, hạnh hiếu là hạnh Phật… Sinh đời không gặp Phật, thì khéo thờ cha mẹ chính là thờ Phật." Theo Kinh Nhẫn Nhục:

Cùng tột điều thiện không gì hơn hiếu
Cùng tột điều ác không gì hơn bất hiếu

Tôi thích vô cùng những bài thơ anh viết cho Mẹ và cho Cha thật cảm động:

đêm nay sáng rực trăng rằm
ngày mẹ theo Phật hay gần chư tiên
mẹ là Phật của tôi riêng
chỉ cần biết vậy tôi yên sống đời
vọng cao mắt ngó lên trời
mây không bay cũng ngừng trôi bất ngờ
với tay xin một nhúm thơ
thay hương khói kính hư vô mẹ hiền

(Rằm Tháng Tư, 2019)

mãn phần, mẹ mất thật chăng?
không đâu, mẹ lặn theo trăng trên trời
tròn sáu mươi năm cuộc đời
tôi sống thiếu vắng bóng người sinh tôi

mênh mông trong nỗi ngậm ngùi
tôi lẩn tránh chỗ lắm người cài hoa
lòng cầm không nổi xót xa
chừng như mỗi bước đều là chiêm bao

tôi đi đến những nơi nào
tiếng chuông chùa mãi nao nao chạm lòng

*phảng phất hình bóng hoa hồng
hiện cùng giọng hát tay bồng ru tôi*
...
*tôi chợt có hoa không tên
nở từ thương nhớ ngày đêm thơm lừng
khó ca ngợi nỗi mông lung
với hư ảo với vô cùng linh thiêng*

*cha là thánh mẹ là tiên
nôm na chỉ vậy tùy duyên mỗi người
bước tôi bất chợt thảnh thơi
về đến nhà xếp bằng ngồi bình tâm*

(Màu hoa Vu Lan chợt gặp)

*cha tôi cũng là bụt
của riêng mấy chục người
một gia đình ít khóc
nhưng chưa dư nụ cười*

*mẹ tôi còn roi vọt
cha tôi chẳng bao giờ
làm con cháu đau nhẹ
ngoài bồng và hát thơ*
...
*cỡi lưng cha từ nhỏ
nhìn cha khuất cuối đời
nỗi đau không thành sẹo
rỉ rả buồn khơi khơi*

*- thương cha để trong bụng
- kính cha để trên đầu*

làm sao quên cho được
" - con thương cha để đâu?"

(Báo Hiếu)

Ghép tên Cha và tên Mẹ thành bút hiệu cho chính mình và làm thành danh tên đó. Có phải đây cũng là báo hiếu Cha Mẹ theo cách rất riêng của mình không hở anh Lê Ngọc Châu?

Trong tương quan giữa người với người, nhà thơ nhắc đừng quên những lời "cám ơn" và "không có chi":

tôi mong sẽ được nói
mỗi ngày thật nhiều lần
với vỏn vẹn hai chữ
đầy tha thiết «cảm ơn»

và cũng mơ được nhận
ba chữ "không có chi"
thật nhẹ nhàng ấm áp
từ môi cười từ bi

(Tương quan)

Và cũng đừng nên vướng thói "ăn cắp" tạo nghiệp, nhất là khi vào đền chùa:

sống trong cộng đồng đông người
chưa quy y cũng nên lưu ý giùm
chùa đình là tài sản chung
dẫu yêu nghệ thuật cũng đừng quá tay

(Ăn cắp)

Đặc biệt ở những nơi tôn nghiêm, phụ nữ nên ăn mặc kín đáo, tránh hở hang:

không dám nhắc khéo quý nương
cử chỉ trang phục sắc hương nhẹ nhàng
quý phái trong nét đoan trang
khi quỳ lúc lạy tâm an thân bình
tránh thả rông ngọn u minh
hay tinh nghịch lộ cõi tình chứa thơ

vóc hình khép mở phất phơ
mầm bệnh tội lỗi vẩn vơ bắt đầu
tiểu, sãi xuống tóc khỏi đầu
nhưng đâu xuống được nhiệm mầu gốc râu
hồn vía lỡ lạc đâu đâu
vài sát na đã tội sâu vô cùng

…

kính mong quý nương đừng quên
thập phương tín hữu bốn bên nhìn vào
vẻ đẹp da thịt thanh cao
đúng nơi hợp chỗ mới ngào ngạt hương

(Vào nơi tôn nghiêm)

Và khi đóng sách lại, những câu thơ này vẫn đọng lại trong tâm trí tôi:

Giáng Sinh vốn của riêng người
Tin Lành Công Giáo nhưng tôi nhón lòng
theo quỳ xưng tội lưu vong
xin mai mốt còn núi sông để về

tôi và cựu thù đề huề
ôm nhau dưới Chúa Phật thể thương nhau
điều đơn sơ tôi nguyện cầu
ước mong bè bạn năm châu nguyện cùng

(Ba phải)

Vâng, ước chi tất cả chúng ta, từ mọi miền đất nước, từ biển trong cũng như biển ngoài, đều nhớ rằng chúng ta là giòng giống Rồng Tiên, cùng trong một bọc trăm trứng của Mẹ Âu Cơ và Cha Lạc Long Quân, để đối xử với nhau bằng Tình Anh Em, Tình Người mà không chém giết, bức hại nhau… như thi sĩ Đỗ Nghê đã viết từ năm 1964 cho đến nay vẫn còn thích hợp:

Đốt hết sách vở, xé hết cờ xí đi
Rồi đứng ôm nhau mà khóc
Nước mắt sẽ làm tươi lại cỏ cây
Nước mắt sẽ làm phì nhiêu mảnh đất

(Đỗ Nghê - Tâm sự Lạc Long Quân)

Trần Thị Nguyệt Mai
23-2-2019

Mục Lục

lời đầu sách	7
tựa của Mang Viên Long	9
001. mở trang thơ	16
002. thơ và kinh	19
003. đạo	20
004. Phật	22
005. Phật tượng	24
006. Phật Thích Ca Mâu Ni	26
007. Phật A Di Đà	28
008. Phật Di Lặc	30
009. Phật Quán Thế Âm	31
010. mười "chín" vị La Hán	32
011. sen hoa bước Phật 1	40
012. sen hoa bước Phật 2	41
013. sen hoa bước Phật 3	42
014. sen hoa	43
015. nỗi niềm hoa sen	44
016. nuôi cây giác ngộ	45
017. bồ đề	46
018. pháp khí	48
019. ngôi đại tự	49
020. phật tử	50
021. cà sa	52
022. ấu thơ thăm Phật môn	54
023. trước Phật môn	56
024. chùa	58
025. lên chùa	60
026. nhà là chùa	62
027. nghe kinh ngắm Phật ở làng Cây Phong	63
028. lễ xuân chùa Tĩnh Hội	64
029, bùa và tượng đeo cổ.	67
030. khắc thơ lên gốc bồ đề	68

031. viết ở chùa Quan Âm Montréal	70
032. theo một câu kinh	72
033. đi tu	74
034. thắc mắc	76
035. lẩm cẩm	77
036. thầy tam tạng thỉnh kinh đạo	78
037. tôi thỉnh kinh tình	82
038. buông bỏ	84
039. sám hối	86
040. thơm lây	87
041. tìm tình vắt vai	88
042. đao kiếm	90
043. từ thiện	93
044. bình bát	94
045. tràng hạt	96
046. đọc lại Lửa Từ Bi	98
047. vô duyên hữu duyên	100
048. dưới trăng đọc ánh đạo vàng	101
049. kể công	102
050. hiệu nghiệm	103
051. hái lộc xuân	104
052. hứa	107
053. thơ rời mùng một tết	108
054. kể chuyện một ngày tết	110
055. những ngày rằm tháng tư	112
- 1959	112
- 2002	113
- 2019	115
056. màu hoa vu lan chợt gặp	116
057. báo hiếu	118
058. chạy tội nhận tội	120
059. đời	121
060. đức tin	122
061. lẩn thẩn	123

062. lìa đời 124
063. ngõ tre nhà Khắc Minh Quảng Ngãi 125
064. nguyên cớ 126
065. sống 127
066. tạ lỗi cùng làng cây phong 128
067. trả nợ 129
068. làng của trầm nhang 130
069. cây cảnh 132
070. bàn thờ 133
071. thắp hương 134
072. nhớ con rắn lục đồi Văn Bâng 135
073. ám ảnh 136
074. đắc đạo 138
075. đầu tư 139
076. gặp nhà sư khất thực
ở siêu thị Phước Lộc Thọ 140
077. buông xuôi 142
078. ngũ quả 143
079. tự tại 144
080. vọp bẻ 145
081. vái lạy 146
082. thỉnh tượng 148
083. thói quen 149
084. số mạng 150
085. cơ hội 151
086. ăn cắp 152
087. bốc mộ mẹ đẻ 154
088. tam không 156
089. than 158
090. thói thường 159
091. tham lam 160
092. thơ quỳ trước hoa 162
093. nguyên trạng 164
094. phản xạ 165

095. thức tỉnh từ tỉnh thức	166
096. tương quan	168
097. mê	169
098. vào nơi tôn nghiêm	170
099. sưu tập	172
100. một kiểu nhập thế	174
101. mừng	176
102. ngắm hoa nhớ bạn	180
103. nhật nguyệt	182
104. ba phải	184
105. chữ tín	185
106. duyên	186
107. sinh tử địa	188
108. đạo tôi	190
109. hẹn	192
110. pháp danh	194
111. thần thánh	196
112. chánh quả tôi	198
113. nhớ một đêm phục kích	199
114. nằm trong hồi ức	200
115. một cách tu	201
116. áo chùa	202
117. chờ	203
118. tới	204
119. mỗi sớm mai	205
120. sám hối	206
121. thiền ngồi	208
122. thú tội	210
phụ bản nhạc	212
bạt của Hồ Đình Nghiêm	215
cảm nhận của Trần Thị Nguyệt Mai	225
mục lục	234

Liên lạc Tác giả
Luân Hoán
lebao_hoang@yahoo.com

Liên lạc Nhà xuất bản
Nhân Ảnh
han.le3359@gmail.com
(408) 722-5626

www.ingramcontent.com/pod-product-compliance
Lightning Source LLC
Chambersburg PA
CBHW060353080526
44583CB00012B/299